பெருங்களிறு

பெருங்களிறு

சி.சரவணகார்த்திகேயன்

எழுத்து பிரசுரம்

Title: Perunkaliru
Author's Name: C. Saravanakarthikeyan

Published by Ezutthu Prachuram

Ezutthu Prachuram
(An imprint of Zero Degree Publishing)
No. 55(7), R Block, 6th Avenue,
Anna Nagar,
Chennai - 600 040

Website: www.zerodegreepublishing.com
E Mail id: zerodegreepublishing@gmail.com
Phone : 89250 61999

Ezutthu Prachuram First Edition: January2024

ISBN: 978-81-967601-8-2
TITLE NO EP: 484

Cover Photo: Visoot Uthairam
Layout: Vijayan, Creative Studio

சமர்ப்பணம்

பெருமாள் முருகனுக்கு...

கலைடாஸ்கோப் கதைகள்

"Kids, fiction is the truth inside the lie, and the truth of this fiction is simple enough: the magic exists."

- Stephen King, American Author

உண்மையில் இந்த ஆண்டு என் நூல் ஏதும் கொணரும் உத்தேசமே இல்லை. நூலாகத் தொகுக்குமளவு பொருண்மையில் எதுவும் எழுதியிருக்கவில்லை என்பதே காரணம். சொல்லப் போனால் 2022 அக்டோபரில் 'ஆதித்த கரிகாலன் கொலை வழக்கு' என்கிற பெருநாவல் வெளியான பிறகான ஓராண்டில் மிகக் குறைவாகவே எழுதியிருந்தேன். நவம்பர் இறுதியில் எடுத்துப் பார்த்தால் ஏழு கட்டுரைகள், இரு சிறுகதைகள் மட்டுமே இருந்தன (பெரும்பாலும் மெட்ராஸ் பேப்பருக்கு எழுதியவை). அவை போக, ஸன்னதம் வந்தது போல் திடீரென ஒரு நாள் 'ஆண்டான்' நாவலின் முதல் அத்தியாயம் எழுதினேன்.

இந்த ஆண்டு உண்மையில் இரண்டு நூல்கள் எழுதத் திட்டமிட்டேன். ஜெயமோகனின் சரிதம் ஒன்று. ப்ரியங்கா மோகனை நாயகியாக வரித்த ஒரு சிறிய சூப்பர் ஹீரோயின் நாவல் மற்றது. இரண்டிலுமே ஒரு சொல் கூட எழுதாமல் இந்த ஆண்டு தீர்ந்து விட்டது.

இந்தச் சூழலுக்கு நான்கு விஷயங்கள் காரணிகளாக அமைந்தன. முதலாவது அலுவலக அழுத்தங்கள். சிடுக்கான பொறுப்புகள் நிறைந்த வேறு பதவி. மிக மிக முக்கியமான ப்ரொஜெக்ட். அதன் நிமித்தம் தொடர் லண்டன் பயணங்கள். அதனால் வார இறுதிகள் மட்டுமே எழுத்துக்கு ஒதுக்க முடிந்தது. அடுத்து புதிய இளைஞர்கள் முயற்சி செய்யும் ஆறு எபிஸோட் வெப்சீரிஸுக்கு முழுமையாகத் திரைக்கதை எழுதிக் கொடுத்தேன். அது தொடர்பான விவாதங்களில் பங்கேற்றேன். அது பீரியட் கதை என்பதால் அதிகம் உழைப்பைக் கோரியது. அது இன்னும் ஓடிடி நிறுவனத்தில் பரிசீலனையில் இருக்கிறது. அப்புறம் மிகப் பிரபலமான ஒரு சரித்திர நாவலை வெப்சீரிஸாக எடுக்கும் ஒரு நல்ல இயக்குநரின் முயற்சியில் திரைக்கதை எழுதும் பணியில் ஈடுபட்டேன். அதன் முதல் எபிஸோடை எழுதிக் கொடுத்தேன். கடைசியாக எனது நாவல்கள், சிறுகதைகளை வெப்சீரிஸாக அல்லது திரைப்படமாக ஆக்குவது தொடர்பாக, சில நிறுவனங்களுடன் சில இயக்குநர்களுடன் பேச்சு வார்த்தைகள், பேரங்கள், சந்திப்புகள், விவாதங்களில் பெரும்பொழுது கழிந்தது. அதனால் புத்தகமாக வெளியிட வாய்ப்பற்ற, அதோடு அதிக நிலையாமை கொண்ட எழுத்துக்களை இவ்வாண்டு கணிசமாக எழுதினேன் எனலாம்.

இப்படி எழுத்தில் குழப்பமான, நிறைவற்ற வருடமாகவே இந்த 2023 எனக்கு அமைந்தது.

★

அனேகமாகப் புத்தகம் ஏதும் கொண்டு வர முடியாது என்றாகி விட்ட சூழலில்தான் இரு ராகவன்கள் அப்படி எல்லாம் ஓராண்டு உன் எழுத்து கெரியரில் நூல் வெளியாகாமல் நழுவக்கூடாது எனக் கறாராக அறிவுறுத்தினார்கள். ஒருவர் பாரா; மற்றவர் சௌம்யா.

இடையில் மூன்று வாரம் இருந்தது. ஏற்கெனவே எழுதிய சிறுகதைகள் எல்லாமே தலா நாலாயிரத்துக்கும் மேலான சொற்கள் கொண்டவை. வாரம் ஒன்று வீதம் மேலும் மூன்று சிறுகதைகள் அதே நீளத்தில் எழுதினால் இருபதாயிரம் சொற்களைக் கடந்து விடும். ஒரு சிறுகதைத் தொகுப்பு கொண்டு வந்து விடலாம். ஆனால் என் அனுபவத்தில் புனைவை அப்படி எல்லாம்

திட்டமிட்டு எழுதிட முடியாது. எனினும் முயற்சி செய்ய விரும்பினேன்.

பெருங்களிறு அப்படியான சிறுகதையாகத் திட்டமிட்டதுதான். ஆனால், பதினொராயிரம் சொற்கள் நெருங்கி குறுநாவலாக விரிந்து நின்றது. இதுவரை நான் எழுதிய கதைகளில் அதிக காலத்தை எடுத்ததும், அதிகம் படுத்தியதும் இதுவே. அடுத்து காலோஸ்மி. சுமார் ஏழாயிரம் வார்த்தை தாங்கிய அறிவியல் புனைவு என்பதால் அதுவும் நிறைய சிரத்தை கேட்டது. இக்கதைகளே காலத்தை எடுத்துக் கொண்டதாலும், திட்டமிட்டதற்கு மேலேயே சொல் எண்ணிக்கை வந்து விட்டதாலும் இவை நூலுக்குப் போதும் எனத் தீர்மானித்தேன்.

அவர்கள் இருவரும் இல்லை என்றால் இத்தொகுப்பு இச்சமயம் வெளியாகி இருக்காது.

★

இதை இன்ன வகை தொகுப்பு என உருவிலும் சரி, கருவிலும் சரி வரையறுக்க இயலாது.

தலா நூறு சொற்கள் கொண்ட நுண்கதைகளும் உண்டு; நான்காயிரம் முதல் ஏழாயிரம் சொற்கள் கொண்ட சற்றே பெரிய சிறுகதைகளும் உண்டு; பதினொராயிரம் சொற்கள் தொட்ட குறுநாவலும் உண்டு. விஞ்ஞானப் புனைவுகள் உண்டு. வரலாற்றுப் புனைவுகள் உண்டு. அவற்றில் காதலும், காமமும், வீரமும், துரோகமும், அன்பும், அரசியலும் உண்டு. சுயசரிதைத்தன்மை கொண்ட இடங்கள் இக்கதைகளில் உண்டு. அசலான சம்பவங்கள் என்னும் மின்கம்பியைத் தொட்டுப் பார்த்த கதைகளும் உண்டு. கற்பனை வீச்சையும் தர்க்கத்தின் கட்டுப்பாட்டையும் ஒருசேரத் தோய்ந்து நிற்கும் புனைவுகளும் உண்டு.

எனவே இவற்றைக் கலவையான கலைடாஸ்கோப் கதைகளென அடையாளமிடுகிறேன்.

இதை மீறி இக்கதைகளுக்கு பொதுத்தன்மை ஏதும் இருக்கிறதா என யோசிக்கிறேன். ஒரு விஷயம் தட்டுப்படுகிறது. அது மீறல். ஆம், இக்கதைகள் எல்லாவற்றிலும் ஏதோ ஒரு மீறல் இருக்கிறது. ஒழுக்க மீறல், சட்ட மீறல், விஞ்ஞான மீறல் என ஏதாவது ஒரு

வகை. இன்னொன்று இவற்றில் இரண்டு கதைகளில் காந்தி நேரடியாகவே பங்கு கொள்கிறார். மற்ற கதைகளிலும் காந்தியத்தின் பூடகக் கூறுகள் இல்லை எனச் சொல்ல முடியாது - உண்மையின் பரிசுத்த ஒளி இல்லாமல் நல்ல கதைகளை எழுதி விட முடியுமா என்ன!

இன்னோர் ஒற்றுமை புறரீதியானது. இவை யாவும் மின்னிதழ்களிலோ எனது வலைதளத்திலோ வெளியானவை. எல்லாமே முதல் முறை இந்நூல் வழி அச்சு காண்கின்றன.

69 என்ற என் நுண்கதைத் தொகுப்பின் பகுதியாக 2020ல் எழுதப்பட்டு எண்ணிக்கை காரணமாக தக்க வைக்கப்பட்ட பன்னிரு கதைகளை இந்நூலில் சேர்த்திருக்கிறேன். பீத்தோவனின் சிம்ஃபொனி என்பது அங்கதக் கதை. அவ்வகைமை அரிதாகவே எழுதி இருக்கிறேன். அனேகமாக 2012ல் எழுதிய மயிரு சிறுகதைக்கு (குமுதம் இதழில் 'ஹேர் ஸ்டைல்!' என்ற தலைப்பில் வெளியானது) பிறகு இப்போதுதான் அப்படியான ஒன்றை முயற்சி செய்திருக்கிறேன். கல்லளை சிறுகதைக்கு பேராசிரியர் அ. ராமசாமி விரிவான ஒரு விமர்சனக் குறிப்பு எழுதினார். அக்கதையை வாசித்து விட்டு இலங்கையிலிருந்து ஒரு தீவிர இலக்கிய வாசகர் அழைத்து நெடுநேரம் பேசினார். காலோஸ்மி கதைக்கு இதை எழுதிக் கொண்டிருக்கும் வேளையில் கனத்த பாராட்டுகள் குவிந்திருக்கின்றன. யானையைப் பாத்திரமாக்கிக் கதை புனைய வேண்டும் என்ற என் நெடுநாள் அவா பெருங்களிறு வழி பூர்த்தியுற்றது. என் முதல் குறுநாவலும் இதன் வழி உருப்பெற்றது!

இந்தக் கதைகளின் தலைப்புகள் எனக்கு மிகப் பிடித்தமானவை. இவற்றில் இரண்டு புறநானூற்றுப் பாடல்களில் இருந்து எடுத்தாண்ட பொருத்தமான சொற்கள். இரண்டுமே பெண்பாற் புலவர்கள் இயற்றியவை - காவற்பெண்டு மற்றும் ஔவையார். கல்லளை என்ற சொல் 'சிற்றில் நற்றூண்' எனத் தொடங்கும் பாடலில் இருப்பது. பெருங்களிறு என்ற வார்த்தை 'ஊர்க்குறு மாக்கள்' என ஆரம்பிக்கும் பாடலில் வருவது. காலோஸ்மி (Kālo 'smi) என்ற சொல் பகவத் கீதையிலிருந்து எடுத்தாளப் பெற்ற சமஸ்கிருதச் சொல். பீத்தோவனின் சிம்ஃபொனி கதைத் தலைப்பின் பின்னுள்ள உருவகமும் அலாதியானது. இவற்றிலிருந்து ஒன்றை நூலுக்குத் தலைப்பாக்குவதில் சிரமம் உண்டானது

நிஜம்தான். ஆனால் பெருங்களிறு என்பதன் பிரம்மாண்டமும் குழந்தைத்தனமும் மேலேறி நின்றது.

இப்படி ஒவ்வொரு கதைக்கும் பின்னும் ஒரு கதை! முன்னுரை என்பதே *metafiction*தானே!

★

சமகாலத் தமிழ் இலக்கியத்தில் எனக்கு ஆதர்சமான மூன்று எழுத்தாளர்களுள் ஒருவர் பெருமாள்முருகன். தமிழ் மின்னிதழுக்கான நேர்காணல் நிமித்தம் ரசிக்க ரசிக்க ஒரு முழு நாள் அவருடன் உரையாடி இருக்கிறேன். இன்றைய தேதியில் தமிழின் சர்வதேசிய எழுத்தாளர் அவரே. தொகுப்பிலுள்ள பெருங்களிறு குறுநாவலில் அவரது படைப்புலகின் ருசி ஒட்டியிருப்பதாகத் தோன்றுகிறது. அவருக்கே இப்புத்தகத்தைச் சமர்ப்பிக்கிறேன்.

இந்தக் கதைகளின் முதன்மை வாசகியாக இருந்து, விமர்சனம் தந்து, மெய்ப்புப் பார்த்த சினேகிதி, எழுத்தாளர் சௌம்யாவுக்கு என் பிரியம். இவற்றில் சில மெட்ராஸ் பேப்பர், தமிழினி மின்னிதழ்களில் வெளியாகின - பா. ராகவனுக்கும், கோகுல் பிரசாத்துக்கும் அன்பு. புத்தகமாக வெளியிடும் ஸீரோ டிகிரி ராம்ஜீ நரசிம்மனுக்கும் ஆர். காயத்ரிக்கும் நன்றி. அட்டை டூ அட்டை புத்தகத்தை வடிவமைத்த விஜயனுடன் மகிழ்ச்சி பகிர்கிறேன்.

திரும்பிப் பார்க்கையில் அவசரத்தில் எழுதப்பட்ட இந்தக் கதைகள் நிறைவளிக்கின்றன; எழுதப் பழகிய ஒரு கரத்தால் நன்றாக அல்லாத கதைகளை எழுதவே முடியாது என்கிற நம்பிக்கையூட்டுகின்றன. அவ்வகையில் இதை ஆரோக்கியமான ஃபாஸ்ட்புட் என்பேன்.

'நீர்த்துறை படியும் பெருங்களிறு' போல யாவருக்கும் இனிமையானதொரு தொகுப்பு.

சி.சரவணகார்த்திகேயன்
பெங்களூரு மாநகரம்
மனித உரிமைகள் தினம், 2023

பொருளடக்கம்

நுண்கதை

1. நுண்

01

அலுவலகக் கொண்டாட்டத்தில் மீதமாகி அந்தக்கடைநிலை ஊழியன் வீடு கொணர்ந்த பீட்ஸா பெட்டியை அவன் மனைவி பிரிக்கையில், அதில் இரண்டு துண்டங்களிருந்தன.

பீட்ஸா அந்த வீட்டிற்கு மிகப்புதிது. இந்த இரண்டை மூன்றாய்க் கூறுபோட வேண்டும். எப்போதும் இதேதான். யாரும் விட்டுத்தர மாட்டார்கள். பற்றாக்குறைப் பட்டுவாடாதான்.

முதலில் பெண். அடுத்ததாய் ஓர் ஆண் குழந்தைக்கு ஆசைப்பட, இரண்டாய்ப் பிறந்தது.

கிட்டிய கொடை அவர்கள் சக்திக்கு மீறியது. எல்லாவற்றிலும் சமரசம் தேவைப்பட்டது. இத்தனைக்கும் அவளும் புருஷனும் தமக்கேதும் வேண்டாமெனத் தியாகம் செய்வர்.

கத்தி எடுத்துத் துணியில் துடைத்து பீட்ஸாவை எப்படிப் பங்கிடுவதென யோசித்தாள். எத்தனை முயற்சித்தும் அந்த முக்கோணத்துண்டுகளைச் சரிசமமாய்ப் பங்கிடுகிற கேத்திர

கணிதம் பத்தாம் வகுப்பில் தேர்ச்சி தவறவிட்ட அவளுக்குப் பிடிபடவில்லை.

இரட்டையில் ஒன்று இறந்து பிறந்திருக்கலாம் என ஒருகணம் அவளுக்குத்தோன்றியது.

திடுக்கிட்டாள். தலையை உதறினாள். கையிலிருந்த கத்தியை கீழே வைத்து விட்டு ஒரு துண்டை மகளுக்கும் மற்றதை மகன்களுக்கும் கொடுத்தாள். நிம்மதியாய் உணர்ந்தாள்.

★

02

அந்த க்ரைம் நாவலின் கடைசிப்பக்கம் காணாமலாகியிருந்தது. அதை நான் பழைய புத்தகக்கடையில் ரூ.5க்கு வாங்கியிருந்தேன். *(நாற்பதாண்டு முன் அசல் விலை ரூ.2.)*

கதை அப்படியொன்றும் சுவாரஸ்யமில்லை. நடையும் த்ராபை. ஆனால் அதற்கு என் வாழ்க்கையோடு தொடர்பிருந்தது. அதனால் முடிவறியும் அழுத்தத்தில் இருந்தேன்.

அந்தப் பத்திரிகையை இப்போது மூடிவிட்டார்கள். ஏதேனும் பதிப்பகத்தில் நூலாக வந்திருக்கிறதா எனத்தேடினேன். இல்லை. ஃபேஸ்புக்கில் அறிவித்து சிரமப்பட்டு நான்கைந்து பேரைச் சங்கிலித்தொடராகப் பிடித்து எழுதியவரின் முகவரி பிடித்து *("ரொம்ப வயசுக்காரர். இப்ப இருக்காரான்னே தெரியலைங்க.")* காலையில் நேரில் போய் நின்றேன். தடித்த கண்ணாடியுடன் அதிர்ஷ்டவசமாய் உயிருடன் இருந்தார்.

அவரிடம் சொல்லிப் புரியவைக்க முயன்றேன். அது அவரது கதை என்பதே அவருக்கு நினைவில்லை. கொஞ்சம் யோசியுங்கள் என சிலமுறை கேட்டபின் சற்று மௌனமாக இருந்தார். இப்போது அவருக்கு நான் எதற்கு வந்திருக்கிறேன் என்பதே மறந்திருந்தது.

ஏமாற்றத்துடன் திரும்பினேன். அன்று உறங்காமல் புரண்டு கொண்டேயிருந்தேன்.

காலையில் எழுந்ததும் தெளிவாகிவிட்டது. கிழிந்த பக்கத்தை எழுதத்தொடங்கினேன்.

★

03

எம் அடுக்ககத்தில் 96 வீடுகள். தண்ணீர் இல்லை, லிஃப்ட் வேலை செய்யவில்லை என்ற புகார்களால் நிறையும் எங்கள் வாட்ஸாப் குழுவில் இன்று காலை அச்செய்தி வந்தது.

"கார் பார்க்கிங்கில் 500 ரூபாய் நோட்டு கண்டெடுத்தேன். தொலைத்தோர் அணுகவும்."

எனதில்லைதான். ஆனாலும் என்ன! கிடைத்தால் குடும்பத்திற்கு ஐஸ்க்ரீம் வாங்கலாம். எவரும் அதைக் கோரி வரவில்லை எனில் கேட்டுப்பார்க்கலாம் என்றுதான் தோன்றியது.

மாலை தயக்கத்துடன் அவனுக்கு வாட்ஸாப்பில் தனிச்செய்தி அனுப்பினேன்.

"இப்போதுதான் கவனித்தேன். அந்த நோட்டு என்னுடையதாய் இருக்கலாம்."

“எதை வைத்து அப்படி நினைக்கிறீர்கள் எனத் தெரிந்து கொள்ளலாமா?”

“நேற்று பார்க்கிங்கில் காரிலிருந்து இறங்குகையில் பர்ஸைத் தவறவிட்டு எடுத்தேன்."

"இப்படிச் சொல்லும் பதின்மூன்றாவது ஆள் நீங்கள். எனக்குத் திருப்தியாகவில்லையே!”

“சரி, இதற்கு மேல் சொல்ல ஒன்றுமில்லை. நீங்களே பார்த்து முடிவெடுங்கள்.”

“ஏதேனும் அடையாளம் சொல்ல முடியுமா?”

“நம்பரா எழுதி வைக்க முடியும்? குறிப்பாய் ஏதுமில்லை.”

“அப்ப நிச்சயம் உங்களுடையதில்லை. இது பழைய 500 ரூபாய்!”

★

04

நான் ஒரு காகம். நீங்கள் கேட்ட முதற்கதை என் முன்னோர்களுடையதாகவே இருக்கும்.

ஒரு பாட்டியிடம் என் தாத்தா திருடிய வடையை குரல் நன்றாக இருக்கிறதென நரி பாடக் கேட்டதில் மயங்கி இழந்தார். பிறகு பாட்டியின் மகள் வடை விற்ற காலத்தில் என் தந்தை அதே போல் திருடிப் பறக்க, நரியின் மகன் இதே வசனத்தைப் பேச, விஷயமறிந்த என் அப்பா, தன் பாத விரல்களில் வடையை இடுக்கிக் கொண்டு பாடி வடையைக் காத்தார்.

இப்போது பாட்டியின் பேத்தி வடை சுடுகிறாள். பரம்பரைத் தொழிலான வடைத்திருட்டு என்னை விடவில்லை. நரியின் பெயரனும் இங்குதான் திரிகிறான். உயிரினங்கள் குணம் மாறாதிருப்பதை வரலாறு திரும்புகிறது என்கின்றனர். நான் வடை திருடிப்போகையில் நரி வந்து சொல் மாறாது குரல் சிலாகித்துப் பாடக்கேட்டது. நிதானமாய்ச் சொன்னேன்:

“இருவரில் ஒருவர் ஏமாறுவதே வழக்கம். ஏன் நாம் சேர்ந்து லாபமடையக்கூடாது?”

“எப்படி?”

“நீ அப்பெண்ணைப் பயமுறுத்து. நான் வடையை அபகரிக்கிறேன். பகிர்ந்துண்போம்.”

வடை இழந்தவள் துப்பாக்கியை எடுத்து தோட்டாக்களைச் சரிபார்த்துத் தயாரானாள்.

★

05

நாளை எனக்குத் திருமணம். வீட்டில் பார்த்த மாப்பிள்ளை. சற்றே அச்சமாக இருக்கிறது. கலவி குறித்த பயம். நீங்கள் நினைப்பது இல்லை. கலவி பற்றிய பட்டறிவு உண்டெனக்கு.

காதல் கவுச்சி வீசிக் கிடந்த நாட்களில் சில முறை அறையெடுத்து வெந்து தணிந்தோம். ஆணுறை அணியாமல் மாதவிலக்கு வரப் பதற்றமாகக் காத்திருந்த நினைவிருக்கிறது.

பின் அற்பக்காரணங்களை முன்னிட்டு பரஸ்பரம் பிரிந்தோம். மிகப்பழைய கதைதான். ஆனாலும் இன்று நிம்மதி குலையக் காரணம் முதலிரவில் நான் கன்னியல்ல என்பதைக் கண்டுகொள்வானோ என்ற பயம். அது ஒட்டுமொத்த வாழ்க்கையையும் நாசமாக்கிடும்.

டாக்டர் சரவ் ஃபேஸ்புக் க்ரூப்பில் பெயரில்லாமல் போடச் சொல்லி சந்தேகம் கேட்டேன். கேலிகள் தாண்டி உருப்படியாய்த் தகவலேதும் தேறவில்லை. பிறகு நானே சில விஷயங்கள் செய்தேன். முதலிரவில் தொடவிடாது பேசிக்கொண்டிருந்து தூங்கிப்போனேன். மறுநாள் நிறைய வெட்கப்பட்டு அரைநிர்வாணம் காட்டினேன். அடுத்த நாள் வலிப்பதாகக் கத்தி நிறுத்த வைத்தேன். இன்று எப்படியும் திறந்தாக வேண்டும். வேகமாகத்தான் இருந்தான்.

சுத்த விரிப்பில் சிவப்பாய் என் ரத்தம் சிந்த, புருஷன் புன்னகைக்க, நான் திடுக்கிட்டேன்.

★

06

ஒரே மகனுக்குத் திருமணம் ஏற்பாடுகள் செய்தபோது, கணவரிடம் நான் சொல்லியது ஒன்றுதான்: மருமகளிடம் சீரியல் மாமியார்கள் போல் நான் நடந்து கொள்ள மாட்டேன்.

மருமகள் வீடு வந்து முதல் ஒரு மாதம் நன்றாகத்தான் போனது. அம்மா என்றே என்னை அழைத்தாள். நானும் மகள் போலவே

பாவித்தேன். மகனிடம் அவளை வெளியே கூட்டிப் போய் வரச் சொன்னேன். பரிசு வாங்கித்தரப் பணித்தேன். பின் சின்னச்சின்ன உரசல்.

ஒரு சண்டை நடந்தது. அதில் மகன் அவளுக்கு ஆதரவாகப் பேசியதுதான் முதற்புள்ளி. ஒரு துரோகம் போல் மனதில் கீறலிட்டது. அவளை ஆழமாய் வெறுக்க ஆரம்பித்தேன்.

கை பட்டால், கால் பட்டால், ஏன் கண் பட்டால் கூடக் குற்றம் கண்டறிந்து சொன்னேன். அவளும் வேடங்கலைத்து பதில் பேசத் தொடங்கினாள். மகனும் என்னிடம் முன்போல் முகம் கொடுத்துப் பேசுவதில்லை. அவளது சொல்படி ஆடுகிறான் என்று தோன்றியது.

இன்று அந்தத் தகவல் வந்தது. மகனுக்கு வேறொருத்தியுடன் தொடர்பு இருக்கிறதென. கொஞ்சம் ஆறுதலாக இருந்தது. நிம்மதியுடன் அவனைக் கண்டிக்க ஆயத்தமானேன்.

★

07

முன்னாள் காதலிக்குக் கல்யாணம். அழைப்பிதழ் வந்திருக்கிறது. ஆர்வம் குறைந்து இயல்பாக முறிந்த காதல். பிரிந்த போது என் முன்கோபத்தைக் குறைத்துக் கொள்ளச் சொன்னாள். பிரிவுத் துயரென ஏதுமற்ற அளவு பரஸ்பரம் பிய்த்துத் தின்றிருந்தோம். அதனால் இந்தத் திருமணத்தில் வருத்தமோ, வெறுப்போ, வலியோ எனக்கில்லை.

ஆனாலும் கல்யாணத்தைப் பார்ப்பதில் ஏதோ மனத்தடை நெருடியது. போகலாமா வேண்டாமா என யோசித்து உள்ளூரில் சனி மாலையில் வரவேற்பு எனத் தவிர்க்கக் காரணம் சொல்ல முடியாத நிகழ்ச்சி நிரல் காரணமாய்ப் போகத் தீர்மானித்தேன்.

மேடையேறி, நாசூக்காய்க் கை குலுக்கி, புன்னகையுடன் பரிசளித்து வாழ்த்தினேன். கொழுப்பைக் குறைத்து வடிவாகி இருந்தாள்.

முற்றிலும் புதுவாசனையில் இருந்தாள். என் பார்வையில் தடுமாறியவள், சுதாரித்துத் தன் கணவனிடம் அறிமுகம் செய்தாள்.

“என் பழைய ஆஃபீஸ் கலீக். கடைசியா எப்போ பார்த்தோம்னே நினைவில்ல.”

எனக்குச் சட்டெனச் சினமெழுந்தது. மேடையில் என் சட்டை, கால்சராயை உருவிப் போட்டு விட்டு, பனியன், ஜட்டியைக் கிழித்தெறிந்து விட்டு ஆவேசமாகக் கேட்டேன்.

“இப்போது ஞாபகம் வருகிறதா, டியர்?”

★

08

‘அமுதா’ என இடமார்பில் டாட்டூ குத்தியிருக்கிறேன். என் முன்னாள் காதலியின் பெயர்.

இப்போது எனக்குப் பெண் பார்க்கிறார்கள். அப்பெயரை நீக்கி விடலாம் எனக் குத்திய கடையிலேயே விசாரித்த போது வலி அதிகமாக இருக்கும், நிரந்தரமாகத் தழும்பு விழும், அனைத்துக்கும் மேல் பிற்காலத்தில் பக்கவிளைவுகள் உண்டு, தயாரா? எனக் கேட்டனர்.

இப்போது வேறு மார்க்கமில்லை. மணப்பெண்ணிடம் சொல்லி விட வேண்டியதுதான். திருமணத்துக்குப் பின் தெரிந்து சங்கடமோ சண்டையோ ஆவதற்கு இது மேலானது.

தனியே சந்திக்க வேண்டும் எனக் குறுஞ்செய்தி அனுப்பி, பூங்காவின் பொதுவெளித் தனிமையில் சட்டை பொத்தான் அவிழ்த்துக் காட்டி முன்கதைச் சுருக்கம் நவின்றேன்.

அவள் கண்களில் நீர் கோர்த்தது. விரல்களால் அவ்வெழுத்துக்களை நீவிச்சொன்னாள்.

“எந்த வடுவும் மறையும்.”

முதல்முறையாக அவள் அழகைத் தாண்டி அவள் மீது காதல் பெருகியது. தாலி கட்டி, தாழிட்டு, பாலருந்தி, வாய் துடைத்து, இறுக அணைத்து, முத்தமிட்டுத் துகிலுரித்தேன்.

இடமுலை மீதிருந்த வட்டத்தழும்பு இருட்டிலும் பளிச்சிட்டது. சிகரெட்டால் சுட்ட புண்!

★

09

என் தல சொன்ன '*Never Ever Give Up*' என்பதைத் தாண்டி உயிர்விட முடிவெடுத்துள்ளேன்.

தற்கொலை சுலபமல்ல. உயிராசை அப்படி. ஆனாலும் ஏன் சாகிறார்கள்? அதை விட எதிர்கொள்ளச் சிரமமான விஷயங்களில் சிக்குவதால்தான். அப்படியான இக்கட்டில் நானிருக்கிறேன். அதனால் செத்து விடத் தீர்மானித்துள்ளேன். முதற்காரணம் எனக்கு வேலையில்லை. (எஞ்சினியரிங் படித்தேன்.) அடுத்தது அதைக் காரணம் காட்டி காதலி பிரிந்தாள். கடைசியாய் அப்பா, அம்மா சமீபமாய் முணுமுணுக்கத் தொடங்கி விட்டனர்.

தற்கொலைக்குத் தேவை மூன்று விஷயங்கள்: தற்கொலை செய்யும் வழி, தற்கொலை செய்யும் நேரம், தற்கொலைக் கடிதம். அம்மாவின் புடவையில் தூக்கு உணர்ச்சிகரமாக இருக்கும். காதலியின் பிறந்த நாளைத் தேர்ந்தெடுத்தேன். தற்கொலையே ஒருவகையில் கைவிட்டோருக்குக் குற்றவுணர்வு ஊட்டத்தானே! தற்கொலைக் கடிதம் ஃபேஸ்புக்கில்.

எல்லாவற்றையும் தயார் செய்து விட்டு கதவை உட்புறமாய்த் தாழிட்டு ஃபேஸ்புக்கைத் திறந்தேன். 'வலிமை' பட அப்டேட் நாளை மாலை என போனி கபூர் பதிவிட்டிருந்தார்!

ஒரு நாளில் என்ன வித்தியாசம் வரப் போகிறது! நாளைக்கு ஒத்திப் போட்டு விட்டேன்.

★

10

மகள் காதலிப்பதாகச் சொன்னது முதல் அதிர்ச்சி. அவள் காதலிப்பது ஒரு பெண்ணை என்பது இரண்டாம் அதிர்ச்சி. எங்கள் கெஞ்சலையும் மிஞ்சலையும் உதாசீனம் செய்து அதிலிருந்து கொஞ்சம் கூட எங்கள் மகள் பின்வாங்காமல் நின்றது மூன்றாம் அதிர்ச்சி.

அவர்கள் பத்தாண்டுகள் முன் எங்கள் பக்கத்து வீட்டில் குடியிருந்தவர்கள்தான். அந்தப் பெண் மருத்துவக் கனவில் பேயாய்ப் படித்துக் கொண்டிருந்தவள் அதிர்ச்சிகரமாய்ப் பத்தாம் வகுப்பில் தோல்வியுற்று மனஅழுத்தத்துக்கு உள்ளானாள். அவர்கள் வீட்டைக் காலி செய்து கொண்டு சொந்த ஊருக்கே போனார்கள். பிறகு தொடர்பேதும் இல்லை.

இப்போது என் மகளின் கைப்பற்றி நிற்கிறாள். எளிமையாகத் திருமணம் நடத்தினோம். மகளும் மருமகளும் எம் கால்களில் விழுந்தனர். அப்பெண் தனிமையில் சொன்னாள்:

“மாமா, நான் ஏன் பத்தாம் வகுப்பில் தோல்வியுற்றேன் தெரியுமா? நீங்கள் எனக்குச் செய்த பாவத்தால்தான். அது என்னவென்றே சரியாகப் புரியாத வயதில் டிப்ரஷனில் விழுந்து, ஆண்களை மொத்தமாக வெறுத்து, கடைசியில் பெண்கள் மீது ஈர்ப்பு வந்தது.”

“பழிவாங்குகிறாயா?”

“இல்லை. நீங்கள் செய்யும் பிராயச்சித்தம்.”

★

11

‘பிச்சைக்காரன்’ படம் பார்ப்பதென் லட்சியம். ஏனெனில் நானொரு பிச்சைக்காரன். அருகே படம் ஓடும் பிரம்மாண்டத்திரையரங்கில் பத்து ரூபாய்க்கு டிக்கெட் உண்டு.

காசு சேர்த்துக்கொள்ளலாம். ஆனால் இப்படிப்போனால் விடமாட்டார்கள். கிழியாத ஆடை வேண்டும். சிகை திருத்தி, தாடி மழிக்கவேண்டும். துர்வாடை அறவே கூடாது.

ஒவ்வொன்றாய்ச் சரிசெய்தேன். அன்று சோப் போட்டு சுலப் கட்டணக் கழிப்பிடத்தில் குளித்தேன். திருப்தியாக இருந்தது. திரையரங்கில் காவலாளி தடுக்கவில்லை. எவரும் வித்தியாசமாகப் பார்க்கவில்லை. மூக்கைப்பொத்தவில்லை. தள்ளிப்போகவில்லை.

சீட்டு வாங்குமிடத்தில் பத்து ஒரு ரூபாய் நாணயங்களைக் குவிக்க, கண்ணாடி வழியே என்னை வினோதமாகப்பார்த்தான். இளித்தேன். திடுக்கிட்டான். அப்போதுதான் காவி படிந்த பற்களை மறந்ததை உணர்ந்தேன். துரத்தியடிக்கப்பட்டேன். உதட்டில் ரத்தம்.

பின் தொலைக்காட்சியில் ஒளிபரப்பியபோது பிரபல டிவி கடை வெளியே நின்று படம் பார்த்தேன். மேலாளர் சேனல் மாற்றவேண்டாம் என்று சொன்னாரென நினைக்கிறேன்.

முடிந்து கிளம்பினேன். எனக்குப்படம் பிடித்திருந்தது. எல்லாம் சரி, ஆனால் படத்தில் பிச்சையெடுப்பதை ஏன் தியாகம்போல் காட்டினார்கள் என்றுதான் விளங்கவில்லை.

★

12

இருபதாண்டுகளாக அவள் சிறையில் இருக்கிறாள். என் அப்பாவைக் கொன்றதற்காக. இப்போது அவளைச் சந்திக்க வந்திருக்கிறேன். என் விருப்பமல்ல. வேறு வழியில்லை.

அப்பா முதல்வர். நக்சல்பாரி மனித வெடிகுண்டில் உடல் சிதறிச் செத்தார். உடலைப் பொறுக்கிச் சேர்த்து சந்தனக்கட்டைகள் அடுக்கி மீண்டும் திருப்தியாய் எரித்தோம்.

அவர் கொலைக்கு அறிந்தே உதவியதாகத்தான் இப்பெண்ணின் மீது குற்றச்சாட்டு.

மிக மெலிந்திருந்தாள். புகைப்படங்களில் பார்த்த மெலிந்த உருவைவிடவும் அதிகமாய்.

“வணக்கம். சொல்லுங்க, மேடம்.”

“எதுவுமில்லை. சந்திக்கச்சொன்னார்கள். வந்தேன்.”

“உங்கள் இழப்பு எனக்குப் புரிகிறது.”

“என் அப்பா செத்த மறுநாள்தான் நான் வயதுக்கு வந்தேன்.”

“நான் இதில் பங்குபெறவில்லை. சிக்க வைக்கப்பட்டேன்.”

“நான் மேசையின் இந்தப்பக்கம் அமர்ந்திருக்கிறேன் என்பது மட்டுமே வித்தியாசம்.”

“என் விடுதலைக்கு உதவுங்கள். கொலையாளிகளை அடையாளங்காண உதவுகிறேன்.”

“எனக்கு அது முக்கியமே இல்லை. என் தந்தை சாக ஏராளம் பேர் விரும்பினார்கள்.”

“மேடம், ப்ளீஸ்.”

வெளியே காத்திருந்த ஊடகங்களிடம் ஏற்கனவே சொல்லித் தரப்பட்டதை ஒப்பித்தேன்.

★★★

(முதல் பத்து நுண்கதைகள் தமிழினி - ஆகஸ்ட் 2021 மின்னிதழில் வெளியானவை)

சிறுகதை

2. பீத்தோவனின் சிம்ஃபொனி

புத்தாண்டின் பின்னிரவில் குறுமின்விளக்குகளால் அலங்கரிக்கப் பட்ட மஹாரஷரண மடிவாளா மசிதேவா மேம்பாலத்தின் புராதனக் குண்டுக் குழிகளில் ஆக்டிவா நூற்று இருபத்தைந்தில் தத்தளித்துக் கொண்டிருந்த போதுதான் அவர்களால் தூக்கப்பட்டேன்.

அவர்கள் என்றால் ஒரு வித வினோதர்கள். மூன்று பேர். என்னை விட உயரம் குறைவாக இருந்ததும், முகத்தில் ஒரே அகலக் கண் இருந்ததும், மூன்று சன்ன வாய்கள் இருந்ததும், கைகள் மனிதர்கள் போல் ஒரு ஜோடி இருந்தாலும் அவற்றில் தலா ஒரே விரல் இருந்ததும் மட்டுமே அந்த இருளில் புலனானது. நிச்சயம் மானிடர் அல்லர். அயலார்கள். ஏதிலிகள்!

புதிதாய்ப் பிரசவித்த பெண்களிடம் வேர்வையின் வீச்சமும் பாலின் மணமும் கலந்து வீசும் வாசனை அவர்களிடம் இருந்தது. பெண்களாக இருக்குமோ என எண்ணம் வந்து மார்புகளைக் கவனித்து ஏமாந்தேன். ஒரு ரோமமும் விளைந்திடாத வழுக்கைத் தேகம்.

நடுவில் நின்றவள் என் நெற்றி மத்தியில் தனது இடது கை ஒற்றை விரலால் தொட்டாள். அதிலிருந்து ஒரு நீல ஒளி கிளம்பி என் மண்டைக்குள் புகுவதைப் பாராமலேயே உணர முடிந்தது. தமிழின் முக்கிய இளம் எழுத்தாளனான நான் எதிர்காலத்தில்

இந்தச் சம்பவம் பற்றி எழுதுகையில் மடிவாளா மசிதேவா என்ற பன்னிரண்டாம் நூற்றாண்டின் சிறந்த கன்னட வீரரைப் பற்றியும் சேர்க்க வேண்டுமா என யோசித்துக் கொண்டிருந்தபோதே மயக்கமுற்றேன். மூவரும் என்னைத் தூக்கினார்கள். காற்றில் மிதப்பது போலிருந்தது.

★

நான் மறுபடியும் கண் விழித்த போது அங்கே இருந்த அந்நியள் கவனித்து அவசரமாக என்னை அணுகித் தன் இடக்கையின் விரலால் என் நெற்றியில் தொட்டாள்; மறுபடியும் மயங்கினேன். மறுபடி கண் விழித்த போது... மறுபடி மயங்கினேன்... மறுபடி... மறுபடி...

அது மயக்கமா உறக்கமா என யோசிக்கிறேன். அந்த நிலையில் எனக்குத் தொடர்ந்து கனவுகள் வந்து கொண்டே இருந்தன. அவை கனவுகளா அல்லது நினைவுகள்தானா என்றும் குழப்பமாக இருந்தது. எதுவெனினும் என் ப்ரக்ஞை விழித்துக் கொண்டுதான் இருந்தது. அதாவது ஸ்தூல உடலிலிருந்து சிந்தையை மட்டும் தனியே கழற்றி எடுத்து சூட்சம வடிவில் அந்தரத்தில் உலவ விட்ட நிலை. அது ஒரு போதையாகச் சுகம் தந்தது.

உடல் இல்லாத மனம் என்பதுதான் எத்தனை எடையற்றது! எத்தனை சுமையற்றது!

ஏலியன் எனப்படும் வேற்று கிரகவாசிகள் யாரோ என்னைக் கடத்தி இருக்கின்றனர். அது வரை புரிகிறது. ஆனால் எதற்குத் தூக்கினார்கள்? என்ன செய்யப் போகிறார்கள்?

அதை அறிய உடல் வேண்டும். ஆனால் மயக்கம் தெளியத் தெளிய, மீண்டும் மீண்டும் என்னை அதற்குள் பிடித்துத் தள்ளுகிறார்கள். எத்தனை காலமாக இப்படி இருக்கிறேன்?

எத்தனை மணி, எத்தனை நாள், எத்தனை வாரம், எத்தனை மாதம் அல்லது வருடங்களா!

★

சரி, எனக்கு அவசரம் ஒன்றுமில்லை. உடல் மீளும் வரை என்னைப் பற்றியே யோசித்துக் கொண்டிருப்பதில் அலுப்பே இல்லை. இந்த நார்சிஸ்டிக் உளக்கூறுதானே என்னை ஒரு கலைஞனாக

வைத்திருக்கிறது! அதாவது ஒரு படைப்பாளியாகக் கடவுளுக்கு நிகரான சிருஷ்டிகர்த்தாவாக நான் நின்று கொண்டிருக்க என் சுயம்தான் காரணம். ஆசானை சுயமோகம் என்று சிலர் வன்மக்கேலி செய்கிறார்களே! அதுதான் ஐயா, அவர் ஆற்றலின் மூலம்! தன்னை விரும்பாதவனும் தன்னை மதிக்காதவனும் எழுத்தாளனாக முடியாது.

தலைக்கனமே கலை. அது தலையினுள்ளே இருக்கும் சரக்கும்தான்; மிகுகர்வமும்தான்.

அதென்னவோ *Writer's Block* என்று பலரும் சொல்கிறார்கள். எனக்கு பதின்மத்தில் எழுதத் தொடங்கிய நாளில் இருந்து அப்படி ஒன்று வந்த நினைவே இல்லை. பிரசுரமாகிறதோ இல்லையோ தினம் ஏதாவது எழுதிக் கொண்டேதான் இருந்திருக்கிறேன். எழுத்தானது சொப்பன ஸ்கலிதம் போல் அநிச்சைச் செயலாகவே இருந்து வந்திருக்கிறது. யாரேனும் என் கையைப் பிடித்துக் கொண்டால் ஒழிய எழுதுவது நிற்காது என்றே தோன்றுகிறது. அப்போதும் கூட மனதில் தொடர்ச்சியாக எழுதிக் கொண்டே இருப்பேனோ என்னவோ!

இதை எல்லாம் கேட்டதும் நான் ஒரு தொழில் முறை எழுத்தாளன் என்றும் முழு நேரமாக எழுதுபவன் என்றும் உங்களுக்குத் தோன்றலாம். அப்படி இல்லை. எங்கள் மொழியான தமிழில் அது சாத்தியம் இல்லை. இந்த மொழி பேசும் மக்கள் புத்தகம் வாங்குவதில்லை. வாங்கினாலும் வாசிப்பதில்லை. வாசித்தாலும் அதைப் பற்றிப் பேசுவதில்லை. வாசிப்பு என்பதே இங்கே பரம ரகசியமான நடவடிக்கைதான். எனவே இங்கே எழுத்தாளர்களைப் பக்கத்து வீட்டில் இருப்பவர்களுக்கே தெரியாது. எனவே புகழ் பற்றிப் பேச்சே கிடையாது.

விற்கும் சொற்ப நூல்களுக்கும் பதிப்பகங்கள் ராயல்டி தர மாட்டார்கள். எனவே எழுதிச் சம்பாதிக்கவோ அதன் மூலம் வாழ்க்கை மேற்கொள்வதோ எம் மண்ணில் சாத்தியமே இல்லை. சிலர் தொலைக்காட்சி நெடுந்தொடர், திரைப்படம் எழுதியோ, ஊடகங்களில் பணிபுரிந்தோ பணம் ஈட்டுகிறார்கள். ஆனால் அவை மற்ற எந்த வேலையையும் போல் அடுத்தவருக்குச் செய்யும் அழுத்தம் மிக்க அடிமை ஊழியமே. எனவே அதை எழுதிச் சம்பாதிப்பதாகக் கணக்கில் கொள்ள முடியாது. அதனால் என்

மொழியின் மற்ற எந்த எழுத்தாளரையும் போல் நானும் பணி ஓய்வுக்குக் காத்திருக்கும் பகுதி நேர எழுத்தாளன்!

பகுதி நேரமென்றால் அதிகபட்சம் தினம் ஓரிரு மணி நேரம். அப்புறம் வார இறுதிகள்.

நான் பெங்களூரு மாநகரின் புகழ்மிக்க ஒரு குடிக்கூடகத்தில் மதுப்படைப்பானாகப் பணியாற்றுகிறேன். அதாவது பப்பில் பார்டென்டர். மதுப்படைப்பான் என்பது நானே உருவாக்கிய சொல்தான். பார்டென்டரின் வேலை விதவிதமான காக்டெய்ல்களைத் துல்லியமான அளவில் கலந்து உருவாக்குவது, அதன் மூலம் மூன்று விஷயங்களைத் தீர்மானிப்பது: காக்டெய்ல் நாவில் பட்டதும் தெரியும் ருசி, அது பரவித் தொண்டையில் இறங்கும் போது உண்டாகும் உடனடி அனுபவம், அது குருதியில் கலந்து மண்டைக்கு ஏறியதும் கிளறும் போதை. அந்த மந்திரக் கலவையை உருவாக்கும் படைப்பாளி. அது போக, அதைக் கூடத்துக்கு வரும் நுகர்வோருக்குப் பரிமாறுவது. அதாவது படைப்பது. ஆக, இருவகையிலும் படைப்பான் பொருத்தம். காக்டெயிலைக் கலக்கும் போதும் சரி, அப்பணிக்குப் பெயரிடும் போதும் சரி, எனக்குள் இருக்கும் எழுத்தாளன் விழித்தேதான் இருக்கிறான், பாருங்கள். ஆனால் ஒரு விஷயம். நான் இது வரையில் குடித்ததே இல்லை.

குடிக்க மாட்டேன் என அம்மாவிற்குப் பதின்மப் பிராயத்தில் செய்து தந்த சத்தியத்தை மீற விரும்பவில்லை. மீறிக் கொள்கிறேன் என அனுமதி வாங்க அம்மாவும் இன்றில்லை.

என் வயது? சென்ற ஆண்டு யுவபுரஸ்கார் விருது பெறும் காலம் கடந்தது. கல்யாணமாகி ஒரு பெண் குழந்தை. மனைவி மதுமிதா; மகள் சந்தியா. காதல் திருமணம். கல்லூரியில் மதுமிதா என்னைக் காதலித்த காலத்திலேயே நான் சில அசட்டுக் கவிதைகள் எழுத ஆரம்பித்திருந்தேன். அவளுக்கு அதில் ஆர்வம் இல்லை. புகாரும் ஏதுமில்லை என்பதால் அவ்வப்போது திரையரங்க ஓரங்களின் இருளில் வைத்து முத்தமிட அனுமதித்தாள்.

பிஎஸ்சி ஃபிசிக்ஸுக்கு கல்லூரி முடித்து பெரிதாக வேலை கிடைக்கவில்லை. மேலே படிக்கச் சொன்ன அப்பாவை நிராகரித்தேன். போட்டித் தேர்வுகள், அரசுப் பணிகளில்

ஆசையில்லை. நண்பனின் தொடர்பில் முதலில் ஓர் உணவகத்தில் பரிமாறுபவனாகச் சேர்ந்தேன். சம்பளம் குறைவு என்றாலும் கணிசமாக டிப்ஸ் கிடைத்தது. அங்கே இருந்தது ஒரு மதுக்கூடம். குடித்த பின் எல்லோரும் மகிழ்ச்சியாக இருந்தார்கள் என்பதால் டிப்ஸ் அதிகம் கிடைத்தது. பிறகு அதை விடப் பெரிய நட்சத்திர மதுக்கூடத்தில் சேர்ந்தேன்.

அங்கே ஒரு நாள் பார்டெண்டர் வராமல் போக, இடம் நிரப்ப என்னை அந்த வேலையைச் செய்யப் பணித்தார்கள். ப்ளடி மேரி, பைனா கொலாடா ஆகிய எளிய காக்டெய்ல்கள் மட்டும் செய்தால் போதும். மற்றவை இல்லை என்று சொல்லி விடலாம் எனத் திட்டம்.

ஆனால் என் படைப்பு மனம் சும்மா இருக்கிறதா! வர்ஜின் மேரிக்கும் ப்ளடி மேரிக்கும் இடையே மேட்டிங் மேரி என ஒன்று தோன்றியது. பக்கார்டி ப்ரீஸரில் செய்து பார்த்தேன்.

அது அன்று வந்த பெண்கள் கும்பலுக்குப் பிடித்தது. எல்லோரும் மூன்று முறை ரிபீட் கேட்டார்கள். அன்று ஆர்வமாக கூகுள் செய்தும் கற்பனையிலும் சில காக்டெய்ல்கள் உருவாக்கித் தர அன்று வழக்கத்தை விட இரு மடங்கு விற்பனை நடந்தது. நாளின் முடிவில் கணக்குப் பார்த்த கல்லாவில் இருந்தவர், கவனித்துத் தட்டிக் கொடுத்தார்.

விஷயம் முதலாளி காதுக்கும் போனது. ஆனால் மாற்றமானது உடனே வரவில்லை. அது அதிர்ஷ்டமாகவோ ஒரு நாள் அதிசயமாகவோ இருக்கலாம் என அவர் யோசித்திருக்க வேண்டும். பின் வந்த நாட்களில் பாதி நேரம் என்னை பார்டெண்டராகப் பணியாற்றச் சொன்னார். அது என் பிரத்யேகம் எனச் சீக்கிரத்திலேயே புரிந்து விட ஒரே மாதத்தில் என்னை முழு நேர பார்டெண்டராக ஆக்கினார். சம்பளமும் கணிசமாக அதிகரித்தது.

மற்றவர்களைப் போல் இல்லாமல் மதுமிதாவின் பெற்றோர் சாதி வித்தியாசத்தையும், மதுக்கூட வேலையையும் பெரிதுபடுத்தாமல் எங்கள் திருமணத்துக்குச் சம்மதித்தனர்.

“பின்னாடி நான் மறைச்சதா இருக்கக்கூடாது, மாமா. நாங்க ... ஆளுக. குலத் தொழிலு ...”

“பொறப்புல என்ன இருக்கு, மாப்ள! நல்லபடியா புள்ளைய வெச்சுப் பொழச்சாச் சரி.”

“அப்புறம் வேலை எனக்கு பார்லதான். இப்பத்திக்கி அதை விடறதா எண்ணமே இல்ல.”

“ஆனா நீங்க குடிக்கறதில்லையே! தவிர, அதும் ஒரு வேலைதானே! அதனால் தப்பில்ல.”

“நான் எழுதறவன், மாமா.”

“அது பரவால்ல, மாப்ள. எல்லோருக்கும் இப்படி ஏதாவது ஒரு குறை இருக்கறதுதான்.”

நான் ஏதும் சொல்லவில்லை. மதுமிதா வீட்டில் அப்படி எல்லாவற்றுக்கும் இறங்கி வந்து சம்மதித்ததற்குக் காரணம் அவளது தோஷ ஜாதகம் என்பதைப் பிற்பாடு அறிந்தேன்.

அவளை மணம் செய்து கொள்பவனுக்கு அற்பாயுள் என்றும் கணித்து இருந்தார்கள்.

செத்தால் என்ன! “எழுத்தில் வாழ்பவன் அன்றோ நான்” என எண்ணிக் கொண்டேன்.

திருமணத்தின் போது என் முதல் கவிதைத் தொகுப்பு வெளியாகி அதிர்வலைகளைக் கிளப்பி இருந்தது. சில ஆயிரங்கள் வாங்கிக் கொண்டு பதிப்பித்த என் பதிப்பாளரும், முன்னுரை தந்த மூத்த எழுத்தாளரும் திருமண வரவேற்புக்கு வந்து வாழ்த்தினார்கள்.

முதலிரவில் மதுமிதா மீது ஆவேசமாகப் பரவி, ஒவ்வொன்றாகக் கலைத்துப் போட்டு, விதவிதமாகக் கலந்து களைத்து மல்லாந்து விட்டம் பார்த்திருந்த போது சொன்னேன்:

“திரவ மதுவைக் கலக்கிப் புரிந்து கொண்டிருந்த வித்தையை இன்று திட மதுவிடம் செய்து பார்த்தேன். இது வேறு ருசி, வேறு அனுபவம், வேறு போதை. புசிப்பவனுக்கு மட்டுமின்றி படைப்பானுக்கே சகல புலன் வழியும் மூளைக்குப் பாயும் மது நீயடி!”

மதுமிதா ஒன்றும் பேசவில்லை. திரும்பிப் பார்த்தேன். கண் மூடி உறங்கியிருந்தாள். கடுப்பாகி மறுபடி கோப்பையில் மது ஊற்றி, அளவு பார்த்துக் கலக்க ஆரம்பித்தேன்.

★

இந்த முறை விழித்த போதுதான் கவனித்தேன். எப்போதும் என்னை நுதல் தொட்டுத் தாலாட்டி உறங்க வைப்பவள் ஒரே பெண்மணிதான். அதிசயமாக இன்று அவள் அதைச் செய்யவில்லை. என்னைப் பார்த்து புன்னகை மாதிரி ஏதோ செய்தாள். அது அவளை மேலும் அகோரமாகக் காட்டியது. அவளுக்கிருந்த மூன்று சொப்பு வாய்களில் நடுவில் இருந்த ஒன்றில் மட்டுமே சிரிப்பு போன்ற நெளிவு நிகழ்வு நடந்தேறுகிறது என்பதைக் கவனித்தேன். இருபுறமும் இருந்த மற்ற வாய்கள் அசைவு இல்லாமல் சும்மா இருந்தன.

“நீங்கள் யார்? இது என்ன இடம்? எதற்காக நான் இங்கே வரவழைக்கப்பட்டிருக்கிறேன்?”

“அவசரப்படாதே! எல்லாவற்றுக்கும் இன்னும் சற்று நேரத்தில் விடை தெரியும், நண்பா.”

எவ்வித இலக்கண உச்சரிப்புப் பிழைகளும் இல்லாத மிக மிகத் தூய, துல்லிய தமிழ்!

“இப்போதைக்கு ஒன்று மட்டும் சொல்கிறேன். நீ இங்கு பாதுகாப்பாக இருக்கிறாய்.”

“கடத்தி விட்டு பாதுகாப்பு என்கிறீர்கள். நான் இங்கே வந்து எத்தனை நாளாகிறது?”

“அதிகமில்லை. உங்கள் பூமிக் கணக்குப்படி பதினான்கு நாட்கள். இன்று அங்கே போகி!”

எனில் வாரிசும் துணிவும் வெளியாகி மூன்று நாளாகி விட்டதா! எது முதல் நாள் வசூலில் வென்றது எனத் தெரியவில்லையே! என் ஆயிரம் பக்க நாவல் இந்த சென்னை புத்தகக் காட்சியில் வெளியாகி இருக்கும். வரவேற்பு எப்படி இருக்கிறது எனப் புரியவில்லையே! ஜெயமோகன் படித்தாரா, திட்டினாரா என்று மனம் குறுகுறுத்தது. அப்போதுதான் அது உறைத்தது. இவள் என்ன சொன்னாள்? இன்று அங்கே போகி. எனில் இது என்ன இடம்?

“உன் குழப்பம் புரிகிறது. நீ இப்போது பூமியில் இல்லை. சூரியக் குடும்பம் கூட அல்ல. நீ எங்கள் கிரகத்தில் எமது விருந்தாளியாக இருக்கிறாய். உங்கள் ஆட்கள் இதற்கு வைத்த பெயர் ப்ராக்ஸிமா

செஞ்சௌரி பி. பூமியிலிருந்து 4.2 ஒளியாண்டு தூரத்தில் உள்ளோம்."

"வாட்!"

"நான் உன்னைக் கவனித்துக் கொள்ள நியமிக்கப்பட்டுள்ள உதவியாளினி. என் பெயர்..."

அவள் சொன்னது ஓர் எண். நெடிய 32 இலக்க எண். அவள் சொல்லி முடித்த போது எனக்கு முதல் எண் நினைவில்லை. அவளை எண்ணிட்டா அழைப்பது! குழப்பமாகப் பார்த்தேன்.

"உங்கள் ஊரின் யுனிவர்சலி யுனிக் ஐடென்டிஃபையர் மாதிரி. இங்கே மக்கட்தொகை மிகப் பெருகி விட்டதால் பெயர்கள் அப்படித்தான். இல்லையென்றால் குழப்பமாகும்."

"எம் ஊரின் பள்ளிகளில் வகுப்புக்கு மூன்று சரவணன், இரண்டு ப்ரியா இருப்பார்கள்."

அவள் மறுபடி புன்னகை மாதிரி தன் முகத்தில் ஏதோ விகாரச் சேஷ்டை செய்தாள்.

"உன் பெயரை நினைவில் இருத்திச் சொல்வது கஷ்டம். இவ்வளவு சிரமமான பெயரை ரஷ்யாவில் கூட வைப்பதில்லை. எனது அடுத்த நாவலின் நாயகிக்கு அத்யந்தா என்கிற பெயர் யோசித்திருந்தேன். அதையே உன் பெயராக வைத்து அழைத்துக் கொள்ளவா?"

"உன் விருப்பம். எனக்கு ஆட்சேபமில்லை. உனக்கான சேவையே எனக்கிடப்பட்ட பணி."

"சரி, அத்யந்தா! இப்போது சொல். எதற்காக என்னை இங்கே கடத்தி வந்திருக்கிறீர்கள்?"

அத்யந்தா மறுபடி அந்த வாயால் புன்னகை போல் செய்தாள். சிறிது நேரத்தில் அவள் என் நெற்றியைத் தன் இடக்கை விரலால் ஸ்பரிசிக்காமலே தூக்கம் சொக்கி வந்தது.

★

கவிதைகள் எழுதுவதை அறவே கை விட்டிருந்தேன். சிறுகதைகள் என்னை ஆக்ரமித்துக் கொண்டன. ஆனால் சிறுகதைகள்

தொடர்ச்சியாக எழுத, பார் வேலையைத் தவிர்த்து நிறைய நேரம் செலவிட வேண்டி இருந்தது. வேலையின் மீது மெல்லிய கசப்பு எழுந்தது.

என் மனைவி... என்ன பெயர் அவளுக்கு? அடடா! மறந்து விட்டது. சரி, பெயரில் என்ன இருக்கிறது. அவள் முகம்தான் கண்ணாடி மாதிரி பதிந்திருக்கிறதே. அவளும் நானும் இலக்கியம் ஏதும் கதைக்காமல், மகிழ்ந்து குலாவி இருந்ததில்தான் மகள் பிறந்தாள்.

அவளுக்கு என்ன பெயர் இட்டோம்? அதுவுமா மறந்து விட்டது! சரி. போகட்டும். எனது முதல் சிறுகதைத் தொகுதி அப்போதுதான் வெளியானது. என் பிரபல்யத்தின் வட்டம் அதிகரித்தது. விழாவில் ஒரு மூத்த எழுத்தாளர் மிகுந்த அக்கறையுடன் சொன்னார் -

"நாவல் ஒன்று எழுதுங்கள். இது நாவல்களின் யுகம். அதுவே உங்கள் பெயர் சொல்லும்."

சிறுகதைகளே என் பலம் என்றும் தனி அடையாளம் என்றும் எண்ணியிருந்த எனக்கு, அதிலிருந்து நாவல் எழுதும் ஆசை மண்டையில் புகுந்தது. ஆனால் சிறுகதைக்கே நேரம் இல்லாத போது நாவல் எழுத எங்கிருந்து சொகுசு வரும்? கவிதை போல் எழுதியவுடன் ஃபேஸ்புக்கில் போட்டு லைக் வாங்கும் வசதி சிறுகதைக்கே கிடையாது. இதில் நாவல் எழுத ஆரம்பித்தால் மாதக்கணக்கில் காணாமல் போய் விடும் கவலை வேறு அரித்தது.

முழு நேர எழுத்தாளனாக ஆனால் எவ்வளவு நன்றாக இருக்கும் என நப்பாசை எழுந்தது.

அப்போதுதான் அந்தச் சாமியார் எங்கள் பாருக்கு வந்தார். பெங்களூர் புறநகரில் பெரிய ஆசிரமம் கட்டி ஆள்பவர். சிலபல வழக்குகளில் சிக்கி மீண்டு முன்பை விடப் பன்மடங்கு செல்வாக்காக ஆனவர். அதுவும் சர்வதேச அளவிலான பக்தர்கள் அதிகரித்தனர். எனது காக்டெய்ல் சிலவற்றைப் பருகிப் பார்த்து பிடித்துப் போய் சுற்றி வளைக்காது கேட்டார் -

"தம்பி, எனக்கு பினாமி பெயரில் பெங்களூர் எலெக்ட்ரானிக் சிட்டியில் ஒரு பப் இருக்கு. அங்க பார்டென்டரா சேர்ந்திடறயா? இப்ப நீ வாங்கறதை விட மூணு மடங்கு சம்பளம்."

அந்தப் பணம் இன்றைய ஆடம்பரத்தை விட மிக விரைவில் வேலையை விட்டு முழு நேர எழுத்தாளனாகிடும் வல்லமையை வழங்கும் என்றுதான் உடனே எனக்குத் தோன்றியது.

ஒரு கணம் கூட யோசிக்காமல் சம்மதம் என்று தலையை ஆட்டினேன். நான் மறுப்பேன் என்று எதிர்பார்த்திருந்த என் பார் முதலாளிக்குக் கனத்த ஏமாற்றம். அவர் சாமியாரைப் பகைத்துக் கொள்ளவும் முடியாது. நான் மறுத்திருந்தால் அதைச் சாக்கிட்டு என்னைத் தக்க வைத்திருப்பார். நான் அவரது சொத்து. அதனால் அவர் என்னை இழக்க விரும்ப மாட்டார். பல்லைக் கடித்துக் கொண்டு கணக்குப் பார்த்து என்னை அனுப்பி வைத்தார்.

பெங்களூர் என்றதும் என் மனைவிக்கு ஒரு மாதிரி கிளுகிளுப்பு தொற்றிக் கொண்டது. அதன் குளிர், அதன் பச்சை என ஒரு பிரமிப்பு இருந்தது. சுஜாதா வாழ்ந்த ஊர் என நான் கண் விரியச் சொன்ன போது அவள் நடிகை சுஜாதா என்றே எண்ணியிருக்க வேண்டும். ஆர்வமாகக் கைக் குழந்தையைத் தூக்கிக் கொண்டு என்னுடன் ரயில் ஏறி வந்து ஒரே வாரத்தில் இதன் நெரிசலுக்கும் தூசுக்கும் பழகிக் கொண்டாள். அப்படித்தான் தமிழின் சிறந்த இளம் எழுத்தாளன் பத்தாண்டுகள் முன் பெங்களூர் நகருக்குக் குடிபெயர்ந்தேன்.

அப்போதிருந்து இன்று வரை அதே பப்பில்தான் வேலை. ஆனால் சம்பளம் கூடியதோடு பணிச் சுமையும் அதிகரித்தது. அது தகவல் தொழில்நுட்ப அலுவலகங்கள் குடிசைத் தொழில் போல் நடந்து வந்த இடம். ஏராளமான நிறுவனங்களில் இருந்து ஆட்கள் வந்து குடித்துக் கொண்டும் ஆடிக் கொண்டும் தடவிக் கொண்டும் இருந்தார்கள். மதியம், மாலை, இரவு என்றில்லாமல் காலை பத்து மணிக்குக் கூட சிலர் குடிக்க வந்தார்கள். விசாரித்த போது அவர்கள் ராத்திரி ஷிஃப்ட்டில் பணி புரிபவர்கள் என்பது தெரிந்தது.

பிறந்த நாள், திறந்த நாள், பணியில் சேர்தல், பணியிலிருந்து விலகல், பணி உயர்வு, ப்ராஜெக்ட் லாஞ்ச் என எதைச் சாக்கிட்டாவது பார்ட்டி பார்ட்டி பார்ட்டி. அது பின்னிரவு வரை நீடிக்கும். அதன் பிறகே நான் வீடு கிளம்ப முடிந்தது. (புத்தாண்டு அன்று அப்படி வீடு திரும்பிக் கொண்டிருந்த போதுதான் கடத்தினார்கள்.) வீடு அங்கிருந்து பன்னிரு கிலோமீட்டர்கள் தொலைவில் மடிவாளாவில் இருந்தது. காரணம் கடைகள், சந்தை, பக்கத்து

வீட்டுக்கார தமிழர்கள், விளையாட வரும் பிள்ளைகள் என மனைவிக்கும் மகளுக்கும் அந்த இடம் பழகி விட்டது. அதைக் கலைக்க எனக்கு விருப்பமில்லை.

பணியும் பயணமும் சேர்ந்தால் ஒரு நாளில் பதினைந்து மணி நேரம் போனது. (போக, வர எலிவேட்டட் ஹை வே எடுக்க மாட்டேன்; கட்டுபடியாகாது.) உறக்கம், வீட்டு வேலை, குடும்பத்துக்கான நேரம் போக, மிகக் குறைவாகவே எழுத முடிந்தது. நாவல் ஊர்ந்து நகர்ந்தது. ஆனால் பணம் ஓரளவு சேரத் தொடங்கியது. சில சம்பள உயர்வுகள் வந்தன.

ஆரம்பத்தில் மொழிச் சிக்கல் இருந்தது. ஆனால் பேசிப் பேசியே மிகச் சில மாதங்களில் என் உடைந்த ஆங்கிலத்தைச் செப்பனிட்டு விட்டேன். வெள்ளைக்காரர்கள் வந்தால் கூட தயக்கமின்றி உரையாடினேன். சாமியாரே அப்படித்தான் என எண்ணிக் கொண்டேன்.

சற்று புகழடையத் தொடங்கினேன். என் பெயர் சொல்லி வரும் வாடிக்கையாளர்கள் அதிகரித்தார்கள். நான் அதைத் தக்க வைத்துக் கொள்ள மேலும் புதியதாகப் பலவித காக்டெய்ல்களை உருவாக்கிப் பரிசோதனை செய்தேன். பெரும்பான்மை வென்றது.

இளநீரில் வைனும் சில ரகசியச் சேர்மானங்களும் கலந்து செய்வது எனது முத்திரை காக்டெய்ல் ஆனது. அமிசுரா என்று அதற்கு இலக்கியத்தரமாகப் பெயர் சூட்டினேன்.

ஒருமுறை கணக்கில் குளறுபடிகள் இருந்ததால் சாமியார் பப்பைப் மேற்பார்வையிட வந்திருந்தார். அப்போது என்னை அடையாளம் கண்டுகொண்டு பேசினார். லௌகீகக் கணக்கீட்டில் அவர் உயரத்துக்கு நான் ஒன்றுமே இல்லை. மகிழ்ச்சியாக உணர்ந்தேன்.

“குடிக்கப் பழகி விட்டாயா?”

“இல்லீங்க.”

“பெங்களூர் வந்துமா? எப்படிக் குளிர் தாங்குகிறாய்?”

“அதற்கு வேறு மார்க்கங்கள் வைத்திருக்கிறேன்.”

இலக்கியப் போதையை, படைப்பில் கிடந்து மனமும் உடலும் எரிவதைச் சொன்னேன். அவருக்கு என்ன புரிந்ததோ கண்ணடித்துத் தோளில் தட்டிக் கொடுத்துச் சொன்னார்:

“நீ பார்டெண்டராக இருந்து கொண்டு குடிக்கவில்லை என்பது கூட வியப்பாக இல்லை. ஆனால் ஓர் எழுத்தாளனாக இருந்து கொண்டு குடிக்காமல் இருக்கிறாயே! ஆச்சரியம்.”

“காந்தி தன் போராட்ட வாழ்க்கையினூடே ஐம்பதாயிரம் பக்கங்கள் எழுதியவர். அவரை விடப் பெரிய எழுத்தாளர் உண்டா! அவர் ஆயுள் பூரா மதுவைத் தொடாமல் வாழ்ந்தவர்.”

“என் கருத்துக்களை எழுத்தாக்கம் செய்கிறாயா? பிரபல வார இதழில் தொடராக வரும்.”

“மன்னிக்கனும். உங்கள் வழி என் கொள்கைக்கு எதிரானது. அதனால் ஆர்வமில்லைங்க.”

நான் கையெடுத்துக் கும்பிட்டு அவரிடம் விடை பெற்றேன். கையுயர்த்தி ஆசீர்வதித்தார்.

உணர்ச்சிவசப்பட்டுப் பேசி விட்டோமோ எனப் பிற்பாடு யோசித்தேன். ஆனால் அதன் பிறகு அவர் என்னை வற்புறுத்தவில்லை. என் வேலைக்கும் உலை வைக்கவில்லை. அது அவரது குற்றச் செயல்கள் எல்லாம் தாண்டி அவர் மீது ஒரு வித மதிப்பை அளித்தது.

ஈராண்டுகள் கழித்து என் புத்திரி எல்கேஜி போன நாளில் நாவலை எழுதி முடித்தேன்.

★

மறுபடி கண் விழித்த போது அத்யந்தா அதே ஒற்றை வாய் நகையுடன் நின்றிருந்தாள். அப்போது எனக்குத் தீவிரமான உரையாடல் மேற்கொள்ளும் மனநிலை இருக்கவில்லை.

“அத்யந்தா, மூன்று வாயிருக்க நீ ஏன் எப்போதும் ஒரே வாயால் புன்னகை செய்கிறாய்?”

“அன்பரே, ஏனெனில் அது மட்டுமே பேசுவதற்கும், சிரிப்பதற்கும் பயன்படுகிற வாய்.”

“ஓ! எனில், மற்றவை?”

அத்யந்தா தன் வலக்கை ஒற்றை விரலால் இட வாயைச் சுட்டி காட்டிச் சொன்னாள்:

“இது உணவு எடுப்பதற்கான வாய்.”

“எனில், அந்தப் பக்கம் இருப்பது?”

இப்போது அத்யந்தா மறுபடி புன்னகை செய்தாள். அதில் ஒரு வித நாணம் இருந்தது.

“தயங்காமல் சொல், அத்யந்தா”

“நண்பா, அது என் யோனி. கலவிக்கான உறுப்பு. புணர்ச்சி காலத்தில் பயன்படும்.”

“என்ன!”

நான் அதிர்ந்து அவள் சொன்னதை உள்வாங்கச் சிரமப்பட்டுக் கொண்டிருந்தேன். அந்த மூன்றாம் வாயை சற்று உற்றுப் பார்த்தேன். அதன் ஈரம் என்னைத் தொந்தரவு செய்தது.

நான் அவளிடமிருந்து முகத்தைத் திருப்பிக் கொண்டேன். பேச்சை மாற்ற விரும்பினேன்.

“நான் பேசும் தமிழ் உனக்கு எப்படிப் புரிகிறது? உனக்கு எல்லா பாஷையும் தெரியுமா?”

“இல்லை. அது எங்கள் தொழில்நுட்பம்.”

“புரிகிறது. காதில் மொழிபெயர்ப்பான் கருவி. சரியா? எங்கள் ஐநா சபையில் உண்டு.”

“காதில் வைக்க வேண்டிய அவசியமில்லை. அது உங்கள் ஆதிகாலத்து விஞ்ஞானம்.”

“பிறகு?”

“இந்த அறையின் காற்றில் கண்ணுக்குத் தெரியாமல் மிதக்கும் நுண் உபகரணங்கள் அதைப் பார்த்துக் கொள்ளும். உன் சொற்களைக் கிரகித்து அது என்ன மொழி என்று உணர்ந்து அதை எங்கள் மொழிக்குப் பெயர்த்து அந்த ஒலியலைகளை மட்டும் எனது செவியை நோக்கி வடிகட்டி அனுப்பும். உனக்கு என் பேச்சு புரிவதும் கூட அப்படித்தான்.”

“வாவ்!”

“விருந்தினரிடம் இப்படிச் சொல்லக்கூடாதுதான். ஆனால் உண்மை அதுவே. நாங்கள் உங்களை விட அறிவில் மிக மிக

முன்னேறியவர்கள். எங்கள் விஞ்ஞானம், தத்துவம், கலை, மதம், அறம் போன்றவற்றில் சிலவற்றை நீங்கள் புரிந்து கொள்வதே சிரமம்.”

“அத்யந்தா, நீ மிக அழகாக இருக்கிறாய்!”

அவள் சட்டெனத் தன் வலது வாயை இட உள்ளங்கை கொண்டு மறைத்துக் கொண்டாள்.

“உனது புகழ்ச்சிக்கு நன்றி!”

“புகழ்ச்சி இல்லை. பாராட்டு இல்லை. மிகையும் இல்லை. பரிசுத்தமான உண்மைதான்!”

“ம்ம்ம்.”

“நான் ஏன் இங்கே இருக்கிறேன் என எனக்காகச் சொல்லேன். தலை வலிக்கிறது.”

“அதற்கு எனக்கு அனுமதி இல்லை. விரைவில் அதை உனக்கு அறிவிப்பார்கள்.”

“இதுதான் நீங்கள் விருந்தினரைக் கவனிக்கும் லட்சணமா? இது வதை அல்லவா?”

நான் குரல் உயர்த்தியதும் அவள் ஒற்றைக் கண்ணைச் சுருக்கி என்னைப் பார்த்தாள். பின் எனைச் சமாதானப்படுத்தக் கெஞ்சுவது போன்ற குரலில் சொல்ல ஆரம்பித்தாள்:

“சில காரணங்களால் உங்கள் பூமி விரைவில் அழிவுக்குள்ளாகப் போகிறது. அதனால் தேர்ந்தெடுத்து சிலரை மட்டும் இங்கே கொண்டு வந்திருக்கிறோம். அதாவது ஒவ்வொரு துறையிலும் உங்கள் பூமியில் அதிசிறந்த திறமைசாலிகளாக இருப்பவர்களை மட்டும்.”

“ஓ!”

“இனி மேல் நீங்கள் அந்த வேலையை மட்டுமே பார்க்க வேண்டும். உதாரணமாக இசைத் துறை சார்ந்த ஒரு வித்தகர் இங்கே வரவழைக்கப்பட்டிருந்தால் அவர் அதை மட்டுமே தன் வாழ்நாள் எல்லாம் செய்ய வேண்டும். ஒரு விஞ்ஞானி தன் ஆராய்ச்சியில் மட்டுமே கவனம் செலுத்த வேண்டும். வேறு எந்த வேலையும்

கவலையும் இருக்கலாகாது. வேளாவேளைக்கு விதவிதமான உணவும் மதுவும் கலவியும் இன்ன பிற பொழுதுபோக்குகளும் கிடைக்கும். உயர் மருத்துவத்தால் உடல் நலம் பேணப்பட்டு குறைந்தது ஆயிரம் ஆண்டு ஆயுள் எல்லோருக்கும் உறுதி செய்யப்படும். முழு நேரமும் இலக்கில் மட்டுமே கவனம்!"

"…"

"அப்படித்தான் நீங்களும் உமது துறையின் விற்பன்னராகத் தேர்வாகி இங்கே அழைத்து வரப்பட்டிருக்கிறீர்கள். இதுதான் விஷயம். இனி நீர் வதையின்றி இருக்கலாம் அல்லவா?"

"பிரமாதம். நான் ஆண்டுக்கணக்கில் போராடியது இப்படியா நிறைவேற வேண்டும்! தவிர, எங்கள் பூமியில் கிடைக்காத அங்கீகாரம் எனக்கு இங்கே கிடைத்திருக்கிறது!"

என் சக எழுத்தாளர்களுக்கு இது தெரிந்தால் எப்படி எதிர்வினையாற்றுவார்கள் என அறிய ஆவல் எழுந்தது. தரமான எழுத்து காலத்தால் அடையாளம் காணப்படும் என நான் அடிக்கடி சொல்லி வந்தது நடந்தேறி இருக்கிறது. அதுவும் அற்ப மானிடர்களால் அல்ல, மிக முன்னேறிய மாற்றுலக உயிரினங்களால். சாஹித்ய அகாதமியாவது ஒன்றாவது! இது நொபேல் பரிசைத் தாண்டிய அங்கீகாரம். என்ன ஒன்று இதெல்லாம் தெரியாமலே சக எழுத்தாளர்கள் பூமி அழிவில் செத்துத் தொலையப் போகிறார்கள்.

எனில் என் மனைவியும், மகளும், தந்தையும்தானே சாவார்கள். அது பற்றி எனக்குத் துயரமே இல்லையா? என்ன மாதிரி விசித்திர மனநிலை! குற்றவுணர்வு எழுந்தது.

அதிலிருந்து தப்பித்துத் தூங்க வேண்டும் போல் இருந்தது. தானாய்த் தூக்கம் வந்தது.

★

பிரபல வார சஞ்சிகை ஒன்றில் எழுத்தாளர்களின் பிரதானத் தொழில் பற்றி ஒரு தொடர் ஆரம்பித்தார்கள். என்னைக் கூப்பிடுவார்கள் எனக் காத்திருந்து பல வாரங்கள் கழித்து அழைத்தார்கள். *"I am a bartender by profession and writer by passion"* என்று பஞ்ச் டயலாக் அடித்திருந்தேன். பார்டெண்டர்

வேலை பற்றிப் பேசுகையில் குடிப் பழக்கம் அற்றவன் என்பதை அடிக்கோடிட்டு அதற்கு ஒரு நல்ல உதாரணம் சொல்லி முடித்திருந்தார்கள்.

பல புது வாசகர்களிடம் என்னை அது கொண்டு சேர்த்தது. வெகுஜன இதழின் வீரியம்!

சொந்தத் துயர் சொல்லிப் புலம்பும் இளம் வாசகத் தோழிகள் கூடினர். அதைப் படித்து விட்டு என் முதல் நாவலை சினிமாவாக எடுக்க ஓர் இளம் இயக்குநர் அணுகினார். சில கட்டப் பேச்சுவார்த்தைக்குப் பின் பட்ஜெட் காரணமாக அதைக் கை விடுவது என்றும், அவர் வைத்திருக்கும் ஒரு மசாலா கதைக்கு நான் திரைக்கதை எழுதுவது என்றும், அது வென்றதும் அவரது அடுத்த படமாக நாவலை எடுப்பது என்றும் முடிவானது. தினமும் அதிகாலையில் விழித்து முழுத் திரைக்கதையையும் வசனத்துடன் எழுதி அளித்தேன். தயாரிப்பாளர் கிடைத்ததும் சம்பளம் பேசிக் கொள்ளலாம் என்று சொல்லி விட்டேன்.

மறுபக்கம் விரைந்து வேலையை விடுமளவு பணம் சேர்க்கும் உந்துதலும் உறுத்திக் கொண்டே இருந்தது. அதிகம் செலவுகள் செய்வதில்லை. பெங்களூரில் அப்படி ஒரு கிரஹஸ்தன் வாழ்வது சிரமம் என்றாலும் அப்படித்தான் வாழ்ந்தேன். ஒரு கட்டத்தில் 2020ம் ஆண்டில் வேலையை விட்டு முழு நேர எழுத்தாளனாகி விடும் முனைப்பில் செயல்பட ஆரம்பித்தேன். வங்கிக் கணக்கில் பணம் மெல்லச் சேரத் தொடங்கியது.

பிரச்சனை செய்வாள் என அனுமானித்து நான் வெளிப்படையாகச் சொல்லவில்லை என்றாலும் மனைவிகளுக்கேயான நுண்ணுணர்வால் கண்டுகொண்ட என் தர்மபத்தினி போர்க் கொடி தூக்க ஆரம்பித்தாள். பெண் குழந்தை வைத்துக் கொண்டு அவளுக்குக் கல்யாணம் செய்யும் முன் வேலையை விடுவது அயோக்கியத்தனமான சுயநலம் என்றாள். வேலையை விட்ட பின் எப்படிப் பொருளாதாரத்தைச் சமாளிப்போம் என்ற என் திட்டங்கள் அவளை ஈர்க்கவில்லை. பதிலாகத் தான் வேலைக்குச் செல்கிறேன் என்றாள். படிப்பை முடித்து இவ்வளவு காலமான பின் யார் வேலை தருவார்கள் எனக் கேட்டதற்கு படுத்தாவது சம்பாதிப்பேன் என்று சொல்லி என்னிடம் அறை வாங்கினாள்.

அதற்குப் பிறகு பாத்திரங்களை டம்மென்று போடுவது, சாம்பாரில் உப்புப் போடாமல் இருப்பது, ரசம் வைக்காமல் இருப்பது, நான் பாருக்கு அணிந்து போகும் சட்டைகளை துவைக்காமல் அல்லது அயர்ன் செய்யாமல் இருப்பது, தள்ளிப் படுப்பது எனத் தனக்குத் தெரிந்த வழிகளில் எல்லாம் போராடினாள். நான் எதற்கும் அசைந்து கொடுக்கவில்லை. அடுத்து மகள் சீக்கிரம் வயதுக்கு வந்து விடுவாள் என அடிக்கடி சொல்ல ஆரம்பித்தாள்.

2020 என்ற என் கனவு ஆண்டு பிறந்தது. வேலையை விடுவதாக மேலாளரிடம் சொல்லி வைத்திருந்தேன். எல்லாவற்றுக்கும் தயாராக இருந்த போது உலகில் கோவிட் வந்தது.

எங்கள் பப் தற்காலிகமாக மூடப்பட்டது. அதாவது ரகசியமாகச் செயல்பட்டு வந்தது.

இளம் இயக்குநரிடம் தொடர்பறுந்தது. ஊரடங்கு காலத்தில் தொந்தரவு செய்யக்கூடாது என விட்டு விட்டேன். பின் பிரபல நடிகையை வைத்து நாங்கள் பேசிய படத்தை அவர் செய்வதாக தினத்தந்தியில் விளம்பரம் வந்தது. அதில் என் பெயரில்லை. வாழ்த்துக்கள் சொல்லி அவருக்கு வாட்ஸாப் செய்து அக்குழப்பத்தை விசாரித்தேன். திரைக்கதையை முழுக்க மாற்றி விட்டதாகவும், என் பங்களிப்பு என ஏதும் இல்லை என்றும் சொன்னார்.

என் உழைப்புக்காகச் சொற்பத் தொகை தந்து நன்றி கார்ட் போடுமாறு கோரினேன். படம் ஆரம்பித்ததும் காசு கேட்டு மிரட்டுகிறீர்களா எனக் கேட்டார். மறுபடி வாழ்த்தி விட்டு பேசுவதை நிறுத்திக் கொண்டேன். ஒரு நடிகை ஷூட்டிங் ஸ்பாட் வர அட்வான்ஸ் தர வேண்டும். அப்படி வந்து அவர் நடித்து, அது பிடிக்காமல் போய் நீக்கினாலும் கூட சம்பளம் தராமல் இருக்க முடியாது. எழுத்தாளன் மட்டுமே சினிமாவில் இளித்தவாயன்.

எவ்வளவு காசு வந்தாலும் சினிமாவுக்கு எழுதுவதில்லை எனச் சங்கல்பம் செய்தேன்.

இரண்டாம் அலையில் மகள் தொற்றுப் பெற்று மரணத்தின் விளிம்பு வரை சென்று மீண்டாள். படுக்கை கிடைக்காமல் அலைந்து, தனியார் மருத்துவமனை ஒன்றில் வைத்துப் பார்த்தோம்.

பரிசோதனை, சிகிச்சை, மறுபடி பரிசோதனை என நிறையக் காசு பிடுங்கினார்கள். சேர்த்து வைத்திருந்த மொத்தப் பணமும் அவள் உயிர் மீட்கச் செலவானது. பூஜ்யமானேன். வேலையை விடுவது என்பது இனி சாத்தியமே இல்லை.

முழு நேர எழுத்தாளனாகிடும் கனவை அதோடு ஆழ்மனதில் வைத்துப் புதைத்தேன்.

★

மறுமுறை கண் திறந்த போது அத்யந்தாவிடமிருந்து மேலும் சில சில்லறைத் தகவல்கள் பெற்றேன். அவர்களுக்கு காதுகள் போல் இருபுறம் இருந்தாலும் இடப் புறம்தான் காது. வலப்புறம் இருப்பது நாசி. அப்போதுதான் முகத்தில் அவர்களுக்கு மூக்கு என்ற ஒன்றே இல்லை என்பதும் எனக்கு உறைத்தது. ஒரு கண், மூன்று வாய்கள் அவ்வளவுதான் முகம்.

இப்போது கொஞ்சம் தெளிவாக யோசிக்க முடிந்தது. சந்தேகங்கள் வந்தவாறு இருந்தன.

“அத்யந்தா நிஜமாகவே இவ்வளவு தொலைவில் வேறொரு கிரகத்தில் இருக்கிறோமா?”

“ஆம். ஏன்?”

“நான் எப்படி அதற்குள் இங்கே வந்து சேர முடியும்? ஒளியின் வேகத்தில் பயணித்தாலே நான்கு ஆண்டுகளுக்கு மேல் ஆகும். ஒருவேளை ஒளியின் வேகத்தை மிஞ்சினால் டைம் டயலேஷன், லெந்த் காண்ட்ராக்‌ஷன் யாவும் நடக்குமே. லாரன்ஸ் ட்ரான்ஸ்ஃபர்மேஷன்...”

“நாங்கள் உங்கள் சிந்தனைக்கு மிக அப்பாற்பட்டவர்கள் என்று முன்பே சொன்னேனே!”

“...”

“பூமியில் இதுவரை எங்கள் விஞ்ஞானத்துக்கு அருகே சிந்தித்தவர் ஒரே ஒருவர்தான்.”

“ஐன்ஸ்டைன்?”

“ஆம்.”

“ம்.”

எனக்கு மெல்லப் பழைய விஷயங்கள் எல்லாம் மறந்து வருவதாகத் தோன்றியது. என் முதல் காதலி பற்றிச் சிந்திக்க ஆரம்பித்த போது அவள் முகமே நினைவுக்கு வரவில்லை. அது எனக்குப் பெரும் அதிர்ச்சியாக இருந்தது. அவள் முகம் மறக்கும் என எண்ணியதே இல்லை. அதைப் பற்றி அத்யந்தாவிடம் விசாரித்தேன். பதில் சொல்லாமல் சிரித்தாள்.

“என் போல் வேறு யாரெல்லாம் பூமியிலிருந்து இப்படிக் கடத்தப்பட்டு இருக்கிறார்கள்?”

“...”

“இப்படி எம் விருப்பமின்றி கடத்திக் கொண்டு வந்து வைத்திருப்பது நியாயமே இல்லை.”

“...”

“எங்கள் பூமிக்கு ஆபத்து என்றாயே? அது என்ன? இயற்கை நிகழ்வா வேறு ஏதாவதா?”

“...”

என் வினா எதற்கும் அத்யந்தா பதிலே சொல்லவில்லை. பூடகமாகப் புன்னகைத்தாள். அத்யந்தாவிடம் ஏதோ ஒரு மாற்றம் தெரிந்தது. ஆனால் என்னவெனப் பிடிபடவில்லை.

★

முதல் நாவல் வந்த போது யுவபுரஸ்கார் விருதுக்கு விண்ணப்பித்தேன். கிட்டவில்லை.

“நீ ஏன் அனாவசிய முற்போக்கு அரசியல் பேசுகிறாய்? அதனால் என்ன பிரயோஜனம்? யார் திருந்தினார்கள்? மாறாக இழப்புகள் அதிகம். விருது அமைப்பில் யார் இருக்கிறார் என்பது தெரியும்தானே? தீவிர சங்கி. நாவலை முதல் சுற்றிலேயே நிராகரித்திருப்பார்.”

“உன் எழுத்து வாசிக்கச் சுவாரஸ்யமாக உள்ளது. தீவிர இலக்கியத்துக்குச் சரி வராது.”

“நீ ஃபேஸ்புக்கில் ஆபாசமாக எழுதுகிறாய். இமேஜ் மிக முக்கியம். சதா சர்வகாலமும் இலக்கியம் மட்டுமே சிந்தை என்பது போல் இலக்கியம் மட்டுமே பேசிக்கொண்டிரு.”

விருது தவறியமைக்கு விதவிதமாகக் காரணம் சொன்னார்கள் எழுத்து நண்பர்கள்.

முன்பு நாவல் எழுதச் சொன்னவரிடம் போய் நின்றேன். யோசித்து விட்டுச் சொன்னார்.

"இப்போது நாவல் நம் சூழலில் மலிந்து விட்டது. எல்லோரும் எழுத ஆரம்பித்து விட்டனர். நீ தனித்துவமாகத் தெரிய, தடிமனாக ஒரு நாவல் எழுது. இன்று அதுவே மதிப்பு. உன்னை நல்ல எழுத்தாளனாக அதுவே எழுத்துலகில் நிறுவும். சுமாரான பொன்னியின் செல்வன் இன்றும் நிற்கக் காரணம் அதன் பிரம்மாண்டம்தான். ஜெயமோகன் விஷ்ணுபுரத்தால் நிற்கிறார். பா.ரா. யதியால் நிற்கிறார். அது போல் ஆயிரம் பக்கத்துக்கு நாவல் எழுது."

எனக்கும் அது சரிதான் எனப்பட்டது. பற்றிக் கொண்டேன். ஆயிரம் பக்கங்களே இலக்கு.

பப்பில் புகழ்க் கனமும் பணிச் சுமையும் அதிகரித்தபடி இருந்தது. எழுதத் தொடங்கி பாதியில் நின்று எனப் பல கருக்கள் மாறியதில் சில ஆண்டுகள் கழிந்தன. இறுதியில் ஒன்றை இறுகப் பிடித்துக் கொண்டு எழுத ஆரம்பித்தேன். ஃபீத்தோவன் மரணத்துக்குப் பின் கிடைத்த '*Immortal Beloved*' எனத் தொடங்கி ஜெர்மன் மொழியில் எழுதப்பட்ட பத்து பக்கக் காதல் கடிதம். அது யாருக்கு எழுதப்பட்டது என்பதும் எப்போது எழுதப்பட்டது என்பதும் தெளிவாகத் தெரியாததைப் பயன்படுத்திக் கொண்டு அந்தப் பெண் யார் என ஓர் ஊகம் செய்து பீத்தோவனின் மொத்த வாழ்க்கையையும் அவரது சிம்ஃபொனிகளின் ஊடாகக் குறுக்கு வெட்டாகக் காட்டும் பிரம்மாண்ட, பிரமாத நாவல். கலையும் காதலும் நிரம்பி வழிந்த அந்த நுட்பமான நாவலுக்குத் தமிழில் முன்னுதாரணமே கிடையாது.

இது என் நாவல் பற்றி நானே சொல்லிக் கொள்வதாக இருந்தாலும் நீங்கள் கவனமாக வாசித்து நேர்மையாகப் பேசினாலும் இதையே சொல்வீர்கள். சக எழுத்தாளர்களுக்கு அவ்வளவு கவனமும் இல்லை, நேர்மையும் இல்லை. அதனால் என் நாவல் இந்நேரம் வெளியாகி இருந்தாலும் யாரும் ஒரு சொல்லும் பேசியிருக்க மாட்டார்கள். அடுத்த ஜென்மத்திலாவது நான் ஒரு பெண் எழுத்தாளராகப் பிறந்து தொலைக்க வேண்டும்.

பீத்தோவன் தோன்றும் ஆயிரம் பக்க நாவலை முடித்து விட்டு பப் கலவைக்கு இடையே மனதிலேயே அதற்கு வரி வரியாக ஒரு முன்னுரை தயார் செய்து கொண்டிருந்த போது மனைவி செல்பேசியில் அழைத்தாள். மகள் பூப்பெய்தி விட்டதாக அறிவித்தாள். அவளது குரலில் ஒரு வெற்றிப் பெருமிதம் இருந்தது. எனது விருப்பமோ சம்மதமோ இல்லாமல் தன் பக்கத்து சொந்தக்காரர்களை அழைத்துச் சடங்குகள் எல்லாம் செய்து ஓய்ந்தாள்.

உறவினர் கூட்டம் ஊர் நீங்கிய இரவில் நெடுநாள் கழித்துத் தானாக அணுகியவளை விலக்காது ஏற்று கலந்து முடிந்ததும் வேலையை விட்டு முழு நேர எழுத்தாளனாகிடும் யோசனை மறுபடி வந்திருப்பதாக அமைதியாகச் சொன்னேன். நிஜமாகவே அவள் உடைந்து போயிருக்க வேண்டும். நெடுநேரம் வெறித்துப் பார்த்தபடி படுத்திருந்தாள்.

அந்த பீத்தோவன் நாவல் அச்சாகி வெளிவரும் முன்பே இவர்களால் கடத்தப்பட்டேன்.

★

மீண்டும் கண்கள் திறந்தேன். இம்முறை அருகே இருந்தது ஒரு புதிய ஆள். அது பெண் அல்ல எனப் பார்த்த மாத்திரத்திலேயே என் உள்ளுணர்வு சொல்லி விட்டது. யார் இவன்? அந்த விஸ்தார அறையைச் சுற்றிப் பார்வையை ஓட்டினேன். அத்யந்தாவைக் காணோம்.

“அத்யந்தா எங்கே? நீ யார்?”

“நண்பா, பதற்றம், குழப்பம் வேண்டாம். நான்தான் அத்யந்தா. இப்போது அத்யந்தன்.”

“என்ன? புரியல...”

“உங்கள் பூமி போல் எங்கள் கிரகத்தில் ஆண் - பெண் பாகுபாடு இல்லை. எல்லோரும் ஆணும்தான்; பெண்ணும் கூடத்தான். வருடத்தில் ஒரு பாதி பெண்ணாகவும் மறுபாதி ஆணாகவும் இருப்போம். நீ முன்பு பார்த்த போது பெண்ணாக இருந்தேன். இப்போது ஆண். ஒரே உடலுக்குள் ஆணாகவும் பெண்ணாகவும் வாழ்கின்றவர்கள் நாங்கள்.”

“ஆனால் உனக்கு யோனி இருக்கிறதே!”

அத்யந்தன் என்று சொல்லிக் கொண்ட அத்யந்தாவின் இடது வாயைச் சுட்டினேன்.

“எனக்கு வலக்கை விரலும் இருக்கிறதே. அதுதான் ஆண் குறி. பெண்ணாக இருக்கும் போது அது செயல்படாது. ஆணாக இருக்கும் போது இந்த யோனி வாய் செயல்படாது.”

“உங்கள் இனப்பெருக்கம் எப்படி நடக்கும்?”

“உமது ஊர் போல் ஆண் குறியை யோனிக்குள் செலுத்தித்தான். அதில் மாற்றமில்லை.”

“எனில்?”

“இங்கே கரு உண்டாக இரண்டு பேர் அவசியமில்லை. என் வலக்கை நடுவிரலை என் இடது வாய்க்குள் விட்டாலே தீர்ந்தது விஷயம். பாலின மாறுபாடு நடக்கும் பருவத்தில் ஒரு நாள் மட்டும் ஒருசேர ஆணாகவும் பெண்ணாகவும் இருப்போம். அப்போது கலவி கொள்வோம். சுயபுணர்ச்சி. பெண்ணாக மாறும் காலம் என்றால் கரு தங்கி குழந்தை பெறுவோம். மற்றபடி உங்களைப் போல் நித்ய காதல் எல்லாம் எமக்குக் கிடையாது.”

அதனால்தான் இவர்கள் மிக முன்னேறி இருக்கிறார்கள் என எண்ணிக் கொண்டேன்.

“அப்படியென்றால் என்னை நெற்றியைத் தொடுகிற உங்கள் இடது கை விரல் என்ன?”

“அது எங்கள் உடலின் கழிவு. நீல ஒளி வடிவில் வெளியேறும். உங்கள் சிறுநீருக்கு ஒப்பு. அது என்னவோ அதை உங்கள் மூளைக்குள் செலுத்தினால் உடனே மயக்கமடைந்து விடுகிறீர்கள். இன்னும் அதன் பின்னுள்ள அறிவியலை ஆய்ந்து கொண்டிருக்கிறோம்.”

ஒவ்வொரு முறையும் முகத்தில் சிறுநீர் பெய்தா மயக்கப்படுத்தினார்கள். அருவருப்பாக இருந்தது. இதை எல்லாம் நம்புவதா என்று வேறு குழப்பமாக இருந்தது. அல்லது ஏதேனும் கனவுக்குள் இருக்கிறேனா? சட்டென விழித்து கனவை அப்படியே நினைவு கூர்ந்து எழுதி ஒரு நல்ல சிறுகதையாக ஆக்கப் போகிறேன். அவ்வளவுதான். அமைதியாக இருந்தேன்.

அவன் வாய்களைப் பார்த்தேன். இடது ஓர வாய் இப்போது உலர்ந்து இறுக மூடியிருந்தது.

நான் கண்களை மூடிக் கொண்டேன். தூக்கம் வர மறுத்தது. பிடிவாதமாக உறங்கினேன்.

★

விழிப்பு கண்ட போது அத்யந்தன் என்னை எழுப்பித் தயார் செய்தான். சுருக்கமான குளியல். வாயைச் சுத்தம் செய்தது ஓர் எந்திரம். புத்தாண்டு அன்று வீடு வந்து தூங்கி எழுந்திருந்தால் எவ்வளவு வருமோ அந்த அளவுதான் சிறுநீர் பெய்தேன். முக்கியதில் மலம் வரவில்லை. பதினைந்து நாள் ஏதும் உணவு உட்கொள்ளவில்லை எனப் புரிந்தது.

இன்று பொங்கல் திருநாள். தை பிறந்திருக்கிறது. வழியும் பிறக்கும் எனத் தோன்றியது. பகுத்தறிவுக்கு ஒவ்வாதது என மறுபுறம் சிந்தை எழுந்தது. பரவாயில்லை, இருக்கட்டும்.

மிகப் பிரம்மாண்டமான அறை. ஊரின் ஒதுக்குப்புறம் இருக்கும் ஒரு பன்னாட்டு மின் வணிக நிறுவனத்தின் வேர்ஹவுஸின் உட்புறத்தைத் துலக்கமான வெள்ளை நிறத்தில் செய்தது போல் இருந்தது அந்த இடம். அங்கே சுமார் ஆயிரம் பேர் குழுமி இருந்தார்கள்.

எல்லோரும் பூமி மனிதர்கள். என்னைப் போலவே கடத்திக் கொண்டு வரப்பட்டவர்கள். அங்கிருந்த சில முகங்கள் மிகப் பிரபலமானவை. நான் என் வாழ்நாளில் பார்த்திருக்க முடியாதவை. அவர்களை ஒரே இடத்தில் வைத்துக் காண்பதை நம்பக் கஷ்டப்பட்டேன்.

அப்போது அங்கே நடுநாயகமாக வந்து நின்ற அவர்கள் கிரக ஆள் பேச ஆரம்பித்தார்.

“நாங்கள் இக்கிரகத்தின் விசுவாசப் பிரஜைகள். விண் கல் முதலான வான் வஸ்துக்கள் மோதுவதில் இருந்தும், நாங்கள் அறிந்த, அறியாப் பிற கிரகவாசிகளின் தாக்குதலில் இருந்தும் காத்துக் கொள்ள சில நவீன ஆயுதங்கள் செய்திருக்கிறோம். சோதனையகம் தாண்டி அவற்றைப் பரிசோதித்துப் பார்க்க மைதானம் தேவை. பயனற்ற நட்சத்திரக் குடும்பங்களை இம்மாதிரி தேவைகளுக்கு

உபயோகப்படுத்துவோம். அப்படித்தான் உங்கள் சூரிய குடும்பம் தேர்வானது. ஆனால் பூமி என்ற கிரகத்தில் தொழில்நுட்பத்தில் பின்தங்கிய ஓர் இனம் வசிப்பதை அறிந்து அவர்களில் ஒவ்வொரு துறையிலும் ஆகச் சிறந்தவர்களை மட்டும் தேர்ந்தெடுத்துக் காக்க நினைத்தோம். அது எங்கள் கிரகத்தின் அறம். அப்படித்தான் நீங்கள் ஒவ்வொருவரும் இங்கே வரவழைக்கப் பட்டிருக்கிறீர்கள்."

"..."

"அரிதானவற்றை அருங்காட்சியகத்தில் சேகரிப்பது போன்றதுதான் இதுவும். நீங்கள் ஆசீர்வதிக்கப்பட்டவர்கள். எனவே வாழ்த்துக்கள். இப்போது முதல் நாம் நண்பர்கள்."

"..."

"சொந்தம் பந்தம், சுற்றம் நட்பு இவர்களைப் பிரிந்த துயரால் உங்களுக்கு வாதை நேரக் கூடாது என்பதால் நீங்கள் உறங்கிக் கிடத்த சமயத்தில் அவர்கள் குறித்த நினைவுகள், உணர்வுகளை அறுவையில் துல்லியமாக நீக்கி இருக்கிறோம். ஆக, இனி நீங்கள் உங்கள் துறைசார் சிந்தனைகளில் மட்டும் கவனம் செலுத்தலாம். அதுவே ஆக்கப்பூர்வமானது."

"..."

"இப்போது அவ்வாறு தேர்ந்தெடுக்கப்பட்ட ஆயிரம் பேரையும் அறிமுகம் செய்கிறோம்."

தேச வாரியாக அழைக்கப்பட்டார்கள். சம்மந்தப்பட்ட துறையில் அவர்களுக்கு உள்ள பாண்டித்யம் குறித்து முப்பது விநாடிகளுக்கு மிகாமல் அவர்களின் உதவியாளராக இருந்தவர்கள் அறிமுகம் செய்தார்கள். எல்லோருமே நடப்பனவற்றைச் சீரணம் செய்ய முயன்று கொண்டிருப்பது கழிவறை வாயில் காத்திருப்பை ஒட்டிய அவர்களின் முகக் குறிப்புகளில் வெளிப்பட்டது. நான் இந்தியாவின் முறை வருவதற்குக் காத்திருந்தேன்.

அகர வரிசையில் இந்தியா வந்து வெகு பின்பாக தமிழ் நாட்டு வரிசை ஆரம்பித்தது.

முதலில் இளையராஜா வந்தார். இசைத் துறை. அடுத்து கமல் ஹாசன் வந்தார். நடிப்புத் துறை. பிறகு ஜெயமோகன். எழுத்துத்

துறை என்றார்கள். என்னைத் தவிர இவர் வேறு ஏன் இருக்கிறார்? ஒருவேளை மூத்தவர் ஒருவர், இளையவர் ஒருவரோ! அல்லது வலது சாரி, இடது சாரி பிரிவினையா! குழப்பமாக இருந்தது. அடுத்து ப்ரியங்கா மோகன் வந்தார். அழகுத் துறை. அடுத்து வந்தவரை அடையாளம் தெரியவில்லை. ஈரோடு மாமன் பிரியாணி உணவகச் சமையல்காரர் என அறிமுகம் செய்தார்கள். உணவுத் துறை. வீச்சு புரோட்டாவும், எண்ணெய் ரொட்டியும் பிரமாதமாகச் செய்வார் என்றனர்.

இன்று கலைஞர் இருந்திருந்தால் அவரையும் தூக்கியிருப்பார்கள் எனத் தோன்றியது.

என் முறை வரக் காத்திருந்தேன். அத்யந்தன் என்னைக் கை பிடித்து மேடை ஏற்றினான். நான் பதற்றத்தில் தடுமாறியபடி புன்னகையுடன் போய் நின்றேன். உடல் நடுங்கியது.

அத்யந்தன் குழுமியிருந்த ஆயிரம் பேருக்கும் கேட்கும் குரலில் பேச ஆரம்பித்தான்.

“இங்கே இருப்போரில் மிக இளைஞர்களில் ஒருவர். இவரது துறை மது. பார்டெண்டர் என்பது இவரது அடையாளம். இவர் பற்றிய ஒரு சுவாரஸ்யத் தகவல் பல காக்டெய்ல்கள் உருவாக்கி இருந்தாலும் வாழ்வில் ஒரு முறையும் மது அருந்தியதில்லை. இதைப் பற்றி ஒரு பிரபல வார இதழில் வெளியான கட்டுரையில் இப்படிச் சொல்லியிருந்தார்கள்...”

எனக்கு வெடித்துச் சிதறி விடும் போல் இருதயம் மிக வேகமாகத் துடிக்க ஆரம்பித்தது.

“பீத்தோவன் எப்படி தன் காதுகளை இழந்த போதும் தன் நுண்ணுணர்வின் துணையுடன் சிம்ஃபொனி எழுதினாரோ அப்படி இவரது நா மதுவை ஒரு போதும் தொட்டதே இல்லை என்றாலும் உலகின் அதிசிறந்த காக்டெய்ல்களை இவர் கைகள் கலக்கத் தவறவில்லை.”

“நோஓஓஓ...!”

என் குரல் காற்றின் நுண்உபரகணங்களால் வடிகட்டப்பட்டு எவருக்கும் கேட்கவில்லை.

"ஆர்வத்தில் கொஞ்சம் எழுதவும் செய்திருக்கிறார். இப்போது அந்தச் சுமைகள் எல்லாம் ஏதும் இல்லாமல் முழு நேரமும் ஒரு பார்டென்டராகவே இங்கே நம் கிரகத்தில் வாழ்வார்!"

அத்யந்தன் சொல்லி முடித்ததும் ஈராயிரம் கரங்களின் ஒலி அப்பேரறையை நிறைத்தது.

★★★

(மெட்ராஸ் பேப்பர் 2023 பொங்கல் சிறப்பிதழில் - ஜனவரி 11 - வெளியானது)

3. கல்லளை

(Disclaimer: இக்கதை நெடிய மானுட வரலாற்றில் எங்கேனும், எப்போதேனும் நடந்திருக்க வாய்ப்புண்டு. ஆனால் எழுத்தாளச் சுதந்திரத்துடன் முழுக்கக் கற்பனைப் புனைவாகவே நான் இதை முன்வைக்கிறேன். வாசகர்களையும் அவ்வாறே அணுகக் கோருகிறேன்.)

“மிஸஸ். மிஷ்ரா, எல்லாம் நார்மல். இன்றிலிருந்து பன்னிரண்டாம் நாளில் பிரசவம்!”

மல்லாக்கப் படுத்திருந்த அஹிம்ஸாவின் அகட்டிய கால்களுக்கு இடையிலிருந்து தன் வலது கரத்தை வெளியே எடுத்து கையுறையைக் கழற்றியபடி மருத்துவர் சொன்னாள்.

அஹிம்ஸா புன்னகை செய்தாள். அவள் கொஞ்சம் கவலைகளுடன்தான் வந்திருந்தாள். சில நாட்களாக முதுகு வலி இருக்கிறது. வீங்கித் தொங்கும் வயிற்றின் அடியில் அழுத்தம் அதிகரித்திருக்கிறது. அந்தப் புகார்களை எல்லாம் சொன்ன போது மருத்துவர் ஒன்றும் சொல்லாமல் கேட்டுக் கொண்டாள். அது அவளது பாஷை - ஒன்றும் பிரச்சனை இல்லை, அவை இயல்பான அறிகுறிகள் என்று அதற்கு அர்த்தம். அவள் சற்று நெற்றி சுருக்கினால் வழமையிலிருந்து விலகி இருக்கிறது, ஆனாலும்

சரி சீர் படுத்திடலாம் என்று அர்த்தம். அசலாகவே பிரச்சனை எனில் வாய் திறப்பாள். சிக்கலும் தீர்வும் சுருங்கச் சொல்வாள்.

மருத்துவரிடம் வந்து செல்லும் இந்த ஏழெட்டு மாதங்களில் இச்சங்கேதக் குறிப்புகளை வாசிக்கக் கற்றிருந்தாள் அஹிம்ஸா. தாய்க்கும் சேய்க்கும் சேதாரமின்றி பிரசவம் பார்த்துக் கொடுப்பதில் அத்தீவு தேசத் தலைநகரின் அதிகார மட்டத்திடையே அந்த அம்மாள் பெயர் போனவள் என்பதால் அதையெல்லாம் சகித்துக் கொள்ளலாம்தான். போக, துல்லியமாகக் குழந்தை பிறக்கும் தினம் கணிப்பாள் என்றும் பேச்சு இருந்தது.

"கணவர் வரவில்லையா?"

"இல்லை, டாக்டர். எங்கள் நாட்டின் ஹை கமிஷனர்தான் இன்று இந்நகரின் மோஸ்ட் வான்டட் ஆள். தெரியும்தானே? அவர் எனது கணவராகவும் இருப்பதை யாராவது அவருக்கு நினைவூட்ட வேண்டும். அவரை நான் வீட்டில் பார்ப்பதே அரிதாகி விட்டது. பின்னிரவில் வந்து விட்டு அதிகாலையில் கிளம்பிப் போய் விடுகிறார். என் அம்மா என்னைப் பார்த்துக் கொள்ள இங்கே வந்திருப்பதால் சமாளிக்க முடிகிறது. குழந்தை பிறக்கும் போதாவது இந்த மருத்துவமனைப் பக்கம் வந்து விடுவார் என நம்புகிறேன்."

"சமாதானப் படை வந்து இறங்கியதில் இருந்தே பதற்றமாக இருக்கிறது என்கிறார்கள்."

"ஆனால் அவர்கள் வந்திருப்பதே இழந்துள்ள அமைதியை மீட்டுக் கொடுக்கத்தானே!"

மருத்துவர் பேசவில்லை. அவர் அரசியல் கதைக்க விரும்பவில்லை எனத் தோன்றியது.

அஹிம்ஸாவின் அம்மா சில கூடுதல் விபரங்கள் கேட்டுக் கொண்டாள். கிளம்புகையில் மருத்துவமனைக்கு அவள் முன் கூட்டியே வர வேண்டியதில்லை, ஆனால் வலி கண்டதும் தாமதிக்காமல் வந்து சேர்ந்திட வேண்டும் என்று சொல்லி அனுப்பினாள் மருத்துவர்.

★

தூதரகக் காரில் அம்மாவுடன் வீடு வந்து சேர்ந்தாள். நிம்மதியாக இருந்தது. அப்பாவுக்கு அழைத்துச் சொன்னாள். அப்பா தாயகத்தில் சத்யாவின் வீட்டில் இருக்கிறார். சத்யாவும் வேலைக்குப் போவதால் அவளது குழந்தையைப் பார்க்க ஆள் வேண்டும். சத்யா அவளது அக்கா, பத்து நிமிடங்கள் மூத்தவள். அப்பாவுக்கு மஹாத்மாவை ரொம்பப் பிடிக்கும். அந்த வேகத்தில்தான் அவருக்கு இரட்டைப் பெண் குழந்தைகள் பிறந்த போது சத்யா, அஹிம்சா எனப் பெயரிட்டார். அதை அக்குழந்தைகளே கேலிக்குரியதாகப் பார்த்தது அவருக்கு வருத்தம்தான். ஒருவேளை அம்மாவுக்கு மூன்று குழந்தைகள் பிறந்திருந்தால் மூன்றாவதற்கு ப்ரம்மச்சர்யா என்றுதான் பெயர் வைத்திருப்பார் அப்பா என்று பகடி செய்தார்கள். அவர்களுக்கு மஹாத்மா என்பவர் ஓர் அருங்காட்சியக வஸ்து மட்டுமே!

அப்பா மத்திய அரசின் நவரத்னா நிறுவனம் ஒன்றில் உயர்பதவியில் இருந்தவர். அதன் வழியே கிடைத்த மேல்மட்டத் தொடர்புகள் மூலம் தன் மகள்கள் இருவருக்கும் அரசில் உயர் பதவி வகிக்கும் மாப்பிள்ளைகளைப் பேசி முடித்தார். அஹிம்ஸாவை அவளை விடப் பத்து வயது அதிகமான மிஷ்ரா கல்யாணம் செய்த மறுவாரமே அவனுக்கு ஹை கமிஷனராகப் பதவி உயர்வு கிடைத்து இத்தீவுக்குச் செல்லும் உத்தரவு வந்தது. மிகச் சிறிய வயதில் அப்பதவியை அடைந்தவன் என்பதால் அது அஹிம்ஸாவின் அதிர்ஷ்டம் என்றே கொண்டாடினான். ஒவ்வொரு கலவி முடிவிலும் அதைச் சொல்லிக் காட்டினான்.

அவர்கள் இத்தீவில் வந்திறங்கிய போது பூட்டானில் நடந்த அமைதிப் பேச்சு வார்த்தை தோல்வியுற்று மீண்டும் யுத்தம் வெடித்திருந்தது. அதனால் அருகிலுள்ள பெரிய நாட்டின் தூதரான மிஷ்ராவுக்கு நிறையப் பணி இருந்தது. அதனூடேதான் தேனிலவு கண்டார்கள்.

அவனுக்கு அவனது அறிவும் அவளது அதிர்ஷ்டமும் கலந்த ஒரு குழந்தையைப் பெற்றுக் கொள்ளும் வேட்கை இருந்தது. மணமாகி ஓராண்டு கழித்து அவள் கர்ப்பமுற்ற போது அவன் பெரிதாக மகிழ்ந்தான். இப்போது பிரசவத் தேதி துல்லியமாகத் தெரிந்துள்ளது.

இந்தத் தீவிலிருக்கும் தனது நாட்டின் தூதரகத்துக்குத் தொலைபேசினாள் அஹிம்ஸா. மிஷ்ராவைக் கேட்டாள். முக்கிய

வேலையில் இருக்கிறார், அவரே மறுபடி அழைப்பார், ஏதும் செய்தி இருக்கிறதா என்று அப்பெண் கேட்டாள். இல்லை என்று சொல்லி வைத்து விட்டாள். மறுபடி மிஷ்ரா அழைக்கவே இல்லை. அஹிம்ஸா தூங்கிப் போய் விட்டாள்.

★

அஹிம்ஸா மீண்டும் எழுந்த போது இருட்டி விட்டிருந்தது. மிஷ்ரா வீடு வந்திருந்தான்.

அம்மா அவனுக்கு உணவு பரிமாறும் முஸ்தீபுகளில் இறங்கி இருந்தாள். அவசரமாக முகம் கழுவி வந்தவள், தான் உணவு பரிமாற எத்தனிக்க, அவன் அவளைத் தடுத்து தன்னுடன் சேர்ந்து சாப்பிடச் சொன்னான். புன்னகையுடன் அமர்ந்து கொண்டாள்.

“நல்ல தூக்கமோ?”

“ஆமா. அலைச்சல்.”

“டாக்டர் என்ன சொன்னார்?”

“செப்டெம்பர் 26 டெலிவரி.”

“ம்ம்ம். எல்லாம் நார்மலா?”

“அப்படித்தான் சொல்றார்.”

“சரி, பார்த்துக்கலாம்.”

“உங்களுக்கு லீவ் கிடைக்குமா?”

“இப்போதைக்குக் கஷ்டம்.”

“ம்.”

“புதுத் தலை வலி வேற ஆரம்பிச்சிருக்கு.”

“என்னது?”

“ஒரு சின்னப் பையன் தொந்தரவு கொடுக்கறான்.”

“போராளியா?”

“ஆமா. இருபத்து மூணு வயசுதான்.”

“போர் நிறுத்தம் அமலில் இருக்கே?”

“அவன் ஆரம்பித்திருப்பது பட்டினிப் போர்!”

“ஓ! முப்பது வருச அறவழிப் போராட்டம் வேலைக்காகலனுதானே ஆயுதம் ஏந்தினாங்க!”

“இப்ப மறுபடி ஏதோ ஞானோதயம்!”

“ஒருவேளை, இனி இப்படித்தானோ?”

“இல்ல இல்ல. போரும் அமைதியும் மாறி மாறித்தான் வரும். அமைதி நிலவுகையில் போராட வேறு வழியில்லை, அஹிம்சை மார்க்கத்தைத்தான் தேர்ந்தெடுத்தாகனும்.”

“ம்ம்ம். அப்படியா சொல்றீங்க?”

“ஆமா. ஒரு முறை துப்பாக்கி பிடிச்ச கை, கடைசி வரை அதை விடாது, விட முடியாது.”

“விடக்கூடாதுன்னும் சொல்லிடுவீங்க போல!”

மிஷ்ரா அடிபட்டவன் போல் அஹிம்ஸாவைப் பார்த்தான். அவள் கவனிக்கவில்லை.

“என்ன கோரிக்கையாம் அந்தப் பையனுக்கு?”

“என்னென்னவோ சொல்றான். சாத்தியமற்றவை.”

“என்னனுதான் சொல்லுங்களேன், கேட்போம்.”

“சிறையிலுள்ள போராளிகளை விடுவிக்க வேண்டும், அவர்கள் பிரதேசங்களில் அரசு புதிய காவல் நிலையங்களைத் திறக்கக் கூடாது, ஊர்க்காவல் படைக்குத் வழங்கப்பட்ட ஆயுதங்களைத் திரும்பப் பெற வேண்டும், அவர்களின் பகுதிகளில் நிகழும் பேரினக் குடியேற்றங்களை உடனே நிறுத்த வேண்டும், அவசர காலச் சட்டத்தை நீக்க வேண்டும்.”

“எல்லாம் தூரத்துச் சொப்பனங்கள் அல்லவா!”

“எல்லாவற்றையும் விட முக்கியமானது - இதை எல்லாம் சமாதானப் படை முன்னின்று உறுதி செய்யனும். அதுக்கு எழுத்துப்பூர்வ உத்தரவாதம் நம் அரசு சார்பில் தரப்படனும்.”

“ஓ! போராட்டமே நம் அரசை நோக்கித்தானா? இந்த நாட்டு அரசுக்கானது இல்லையா?”

"ஆமா. போராளிகள் இதே கோரிக்கைகளை ரெண்டு நாள் முன் எனக்கு அனுப்பி வெச்சு, பதிலளிக்க 24 மணி நேர அவகாசம் கொடுத்தாங்க. நான் இன்னும் பதிலளிக்கல. இப்ப அதே கோரிக்கைகளை முன் வெச்சு சாகும் வரை உண்ணாவிரதம் ஆரம்பிச்சிருக்கான்."

"அதாவது நம்ம அரசு சொன்னா இந்த அரசு தலையாட்டிக் கேட்கும்னு நம்பறாங்க?"

"ஆமா."

"நியாயம்தான்."

"என்ன நியாயம்? இதெல்லாம் எப்படிச் சாத்தியம்? நாம சொன்னா கேட்பாங்களா?"

"மாட்டாங்களா என்ன?"

"இப்பிரச்சனையில் நம் முதன்மை ஆர்வம் நம் நாட்டின் பாதுகாப்பு தொடர்புடையது. பக்கத்தில் நடக்கும் உள்நாட்டுப் போரின் பக்கவிளைவு நம்மையும் பாதிக்கக்கூடும்."

"அது மட்டும்தானா?"

"பிறகு? வேறென்ன?"

"இந்தப் பிராந்தியத்தில் பெரியண்ணன் வேடம் போடறோம். செஞ்சுதானே ஆகனும்!"

"அது வேற வழியில்ல. வல்லரசுக் கனவுகளின் பகுதி. ஆனா அதுக்கு எல்லை இருக்கு. இதெல்லாம் அவுங்க உள்நாட்டு விவகாரங்கள், நாம ரொம்பத் தலையிட முடியாது."

"மூணு மாசம் முன்ன இங்கே ஆபரேஷன் பூமாலை நடத்தினப்ப இதை யோசிக்கலயா? ஒன்றரை மாசம் முன்ன சமாதானப் படையை இறக்கின போது? இப்ப என்ன புதுசா?"

"…"

"போராளிகளுக்கு ஆதரவா இந்தத் தீவின் அரசை எதிர்த்து வான் வழியா பாராசூட்ல உணவுப் பொட்டலம் வீசுனீங்களே, அதனால் அரசு போரை நிறுத்திப் பின்வாங்குச்சே, அப்ப நம்மை நம்பத்தானே செய்வான்? பக்கத்தில் இருக்கும் பெரிய நாட்டின்

அழுத்தம் மாற்றம் ஏற்படுத்தும்ங்கற ருசி காமிச்சாச்சு. மறுபடி எதிர்பார்க்கத்தானே செய்வான்?”

“இல்ல. அது ஹ்யூமானிடேரியன் க்ரவுண்ட்ஸ்ல செஞ்சது. சிவிலியன் பகுதிகளில் குண்டு வீசினாங்க. அது சர்வதேசிய யுத்த விதிகளுக்குப் புறம்பானது. அப்ப நாம தலையிட வேண்டியதாச்சு. அதுக்காக நிர்வாகத் தீர்மானங்களில் மூக்கை நுழைக்க முடியுமா?”

“அவ்வளவு நல்லவர்களா நாம்!”

“இதில் நல்லவர், கெட்டவர் என்பதெல்லாம் இல்லை. நாம் பொறுப்பு மிக்க, சக்தி மிக்க ஓர் அண்டை நாடாக இந்த இரண்டு தரப்புக்கும் மத்தியில் ஒப்பந்தம் போட்டு சண்டை நிறுத்தத்தைக் கொண்டு வந்திருக்கிறோம். இதற்கு மேல் அவர்கள் தம்முள் பேசித் தீர்வு காண வேண்டும். அதை உறுதி செய்யும் பொருட்டே சமாதானப் படையை இத்தீவுக்குள் கொண்டு வந்தோம். இதுவே ஒருவகையில் அதிகப்பிரசங்கித்தனம்தான். ஆனால் நம் பிரதமர் இதில் ஆர்வம் காட்டுகிறார். இதைத் தீர்த்து வைக்க விரும்புகிறார். அவருக்கும் தன் தாத்தாவைப் போல், அம்மாவைப் போல் உலக வரலாற்றில் இடம் பெறும் ஆசை இருப்பதில் தவறில்லைதானே! எனவே உலக அமைதி என்ற லேபிளில் இதைச் செய்து கொண்டிருக்கிறோம். எல்லாப் பொது நலத்திலும் ஒரு சுயநலம் உண்டு, அஹிம்ஸா!”

“சமாதானப் படை வந்ததை இந்தத் தீவு விரும்புகிறதா? அதுக்கு எவ்ளோ எதிர்ப்புனு பார்த்தீங்கல்ல? முதல் நாளே ராணுவ அணிவகுப்புல வெச்சு நம் பிரதமரை ஒருத்தன் தலையில அடிச்சுக் கொல்லப் பார்த்தான். இன்னிக்கு என்னைப் பார்த்த டாக்டர் கூட சமாதானப் படை சம்மந்தமாத் தன் அதிருப்தியை அடிக்கோடிட்டாங்க. நாம இதில் இறங்கிக் கட்டப் பஞ்சாயத்து செய்வதை இவர்கள் விரும்பல. இதுதான் ரியாலிட்டி.”

“ஆனா போராளிகள் விரும்பறாங்க, நம்மை நம்பறாங்க.”

“எக்ஸாட்லி. தேர் யூ ஆர். அப்ப அந்தப் பையன் கோரிக்கைகளை நிறைவேத்தனும்ல!”

மிஷ்ரா பெருமூச்சு விட்டான். எழுந்து கை கழுவி விட்டு நிதானமாகச் சொன்னான்.

"அது அவ்ளோ ப்ளாக் அண்ட் வொய்ட் இல்ல. அப்படி எளிதா முடிவெடுக்க முடியாது."

"என்னவோ செய்ங்க! ஆனா சீக்கிரம் அந்த உண்ணாவிரதத்தை முடிக்கப் பாருங்க."

"ம்ம்ம்."

மிஷ்ரா எழுந்து கொண்டான். கடைசிக் கவளத்தை வாயிலிட்டு அஹிம்ஸா கேட்டாள்.

"மஹாத்மாதான் இந்த ஹங்கர் ஃபாஸ்ட் என்ற போராட்ட முறையின் பயனீர். ரைட்?"

"ஆமா."

"பதினெட்டு உண்ணா விரதங்கள். அதுல ஒண்ணு 21 நாள். அப்பா சொல்லி இருக்கார்."

"ஆனா இது அதை விட மோசம்."

"எந்த வகையில்?"

"இந்தப் பையன் தண்ணியும் குடிக்க மாட்டேங்கறான். பூரணமான உண்ணாவிரதம்."

"அப்படியா? அதாவது உணவு சுத்தமா கிடையாது, அதோடு தண்ணியும் கிடையாதா?"

"கரெக்ட். ஐரிஷ் போராளி பாபி சாண்ட்ஸ் அப்படிங்கற ஆள் சிறையில் உண்ணா விரதமிருந்தார். அவர் கடைசி வரை தண்ணீர் குடிச்சிட்டுதான் இருந்தார். அப்படி இருந்தும் உண்ணா விரதத்தால் செத்துப் போனார். இவன் வேற ரகமா இருக்கான்."

அஹிம்ஸா திடுக்கிட்டுப் பார்த்தாள். அவளால் நம்ப முடியவில்லை. மிஷ்ரா "குட்நைட்" சொல்லிப் படுக்கப் போய் விட்டான். காலை அவன் சீக்கிரம் எழுந்து கிளம்ப வேண்டும்.

அஹிம்ஸாவுக்குத் தானும் நீர் அருந்தாமல் இருந்து பார்க்கலாம் எனத் தோன்றியது. உண்ட கரம் கழுவி விட்டு வந்து எப்போதும் தண்ணீர் குடிப்பாள். அன்று தவிர்த்தாள்.

சற்று நேரம் மொட்டை மாடியில் நடை பயின்றாள். வயிறு ரொம்பக் கனமாக இருந்தது. பிறகு கீழே இறங்கி வந்து மிஷ்ராவின்

அருகில் படுத்தாள். தண்ணீர் தாகமாக இருந்தது. கட்டுப்படுத்திக் கொண்டாள். பிற்பகலில் தூங்கியதால் உடனே உறக்கம் பிடிக்காமல் புரண்டு கொண்டே இருந்தவள் பின் எப்போதென்றே அறியாமல் தூங்கிப் போனாள்.

மருத்துவர் வந்து அவளை எழுப்பி, "நீங்கள் தண்ணீர் அருந்தாமல் இருந்ததால் சிசு கருப்பையிலேயே தாகமெடுத்து இறந்து விட்டது." என்கிறாள். திடுக்கிட்டு எழுந்தாள் அஹிம்ஸா. முகமெல்லாம் வியர்த்திருந்தது. கனவு. தொண்டை வறண்டு நீருக்குத் தவித்தது. எழுந்து சென்று சிறுநீர் கழித்து விட்டு முழுச் சொம்பு தண்ணீரைக் குடித்து விட்டு வந்த போது பரம நிம்மதியாக இருந்தது. படுத்து மறுபடியும் தூங்கிப் போனாள்.

★

காலையில் எழுந்து கண்ணாடி பார்க்கையில் அஹிம்ஸா சொல்லிக் கொண்டாள்

“இன்றிலிருந்து பதினொராம் நாள் பிரசவம்!”

அன்று அவளுக்கு அஜீரணக் கோளாறு இருந்தது, புளிப்பு ஏப்பம் வந்தது, சப்தமாக வாயு பிரிந்தது, அதோடு மலச் சிக்கலும் சேர்ந்து கொண்டது. அஹிம்ஸா கர்ப்பம் ஆனதில் இருந்தே அவளது உடலில் ஏதாவது உபாதைகள் இருந்து கொண்டேதான் இருக்கின்றன.

அஹிம்ஸாவுக்கும் மிஷ்ராவுக்கும் இடையே வடக்கு - தெற்கு முரண்கள் பல தினசரி பழக்க வழக்கங்களில் வெளிப்பட்டன. குறிப்பாக மொழி, உணவு என நா சம்பந்தப்பட்ட விஷயங்களில். குழந்தைக்குப் பெயர் வைக்கும் விஷயத்திலும் அப்பிரச்சனை எழுந்தது.

மிஷ்ரா ஜனநாயகத்தில் நம்பிக்கை கொண்டவன். எனவே அஹிம்ஸாவின் கர்ப்பம் உறுதியான போதே ஓர் ஒப்பந்தம் போட்டுக் கொண்டனர். பெண் குழந்தை பிறந்தால் மிஷ்ராவின் விருப்பப்படி பெயர் வைப்பது, ஆண் குழந்தை எனில் அது அஹிம்ஸாவின் விருப்பம். ஏழு மாதமான போது அவள் வயிற்றின் அமைப்பைப் பார்த்து நிச்சயம் ஆண் குழந்தைதான் என அவளது அம்மா அடித்துச் சொன்னாள். அப்போதே அவள் பெயர் தேர்ந்திருந்தாள். கமல். அவளுக்கு மிகப் பிடித்த நடிகர். ‘பேர்

சொல்லும் பிள்ளை' வேறு. அது வடக்கத்திய ஆட்களுக்கும் தொந்தரவில்லாத பெயர். பெரிய சலசலப்பு இராது.

மிஷ்ரா என்ன பெயரை மனதில் வைத்திருக்கிறான் என்பதும் அவளுக்குத் தெரியும். நாட்டின் முன்னாள் பிரதமரின் பெயர். அவர் இன்றைய பிரதமரின் அன்னையும் கூட.

மிஷ்ரா பெண் குழந்தை பிடிக்கும் எனக் காட்டிக் கொண்டாலும் அவன் உள்ளூர ஆண் பிறப்பதையே விரும்புகிறான் என அஹிம்ஸாவுக்குத் தோன்றும். அவனைப் போல் தன் நாட்டுக்கு ஓய்வு ஒழிச்சலின்றிப் பணியாற்றும் ஒரு தேச பக்தனைப் பெறுவதையே விரும்புவான். திடீரென உண்ணா விரதம் இருக்கும் இளைஞன் நினைவுக்கு வந்தான்.

என்ன ஆயிற்று அவன் விஷயம்? அவசரமாக அன்றைய செய்தித்தாள்களை எடுத்துப் பிரித்தாள். ஆங்கில தினசரியில் கடைசிப் பக்கத்தில் சிறிய செய்தியாக வெளியாகி இருந்தது. தமிழ் நாளேட்டில் மூன்றாம் பக்கத்தில் கால் பக்கச் செய்தி வந்திருந்தது.

“ஒருவேளை, இந்தப் பட்டினிப் போரில் நான் இறக்க நேரிட்டால் எனது உடலை மருத்துவ மாணவர்களின் ஆராய்ச்சிக்காகத் தந்து விடுங்கள். தாய் நாட்டிற்காக உயிர் துறப்பதை எண்ணி மகிழ்ச்சியும், திருப்தியும் அடைகிறேன். எனது மக்கள் விடுதலை அடைகின்ற காட்சியை என் கண்கள் பாராது என்பதே ஒரே ஏக்கம்.” என்று உரையாற்றி இருந்தான்.

மாணவர்கள் அவனைச் சந்திக்கிறார்கள். தள்ளாத தாய்மார்கள் உச்சி முகர்கின்றனர். போராளி இயக்கத் தலைவரே நேரடியாக அவனிடம் வாக்கி டாக்கியில் பேசுகிறார். எனில் இயக்கத்தில் அவ்வளவு பெரிய ஆளா என்ற கேள்வி அஹிம்ஸாவுக்கு எழுந்தது.

மருத்துவக் கல்லூரி மாணவன். தேசச்சூழல் உணர்ந்து படிப்பைக் கை விட்டுப் போராளி ஆனவன். இருபது வயதில் ராணுவத்துடன் நடந்த சண்டையில் கையிலிருந்த ஆயுதங்கள் தாங்கிய சூட்கேஸைத் தனி ஆளாகக் காப்பாற்றித் தப்பிக்கையில் கையில் துப்பாக்கிக் குண்டு வாங்கியிருக்கிறான். சில மாதங்கள் முன் நிகழ்ந்த சண்டையில் ராணுவத்தினர் பலரைச் சுட்டுக் கொன்றிருக்கிறான். அப்போது அவன் மேல் விழுந்த குண்டு உடலைச் சிதைத்தது.

அவன் உயிரைக் காக்க, குடலின் 14 அங்குலத்தை அறுவை சிகிச்சை செய்து நீக்கி இருக்கிறார்கள். அந்த குடலுடன்தான் உண்ணா விரதத்துக்கு அமர்ந்திருக்கிறான்.

அவன் மீது மெல்லிய மதிப்பும் பிரியமும் அஹிம்ஸாவுக்கு எழுந்தது. எந்த இடத்தில் அவன் உண்ணா விரதம் நடக்கிறது எனப் பார்த்தாள் - நல்லூர் கந்தசுவாமி கோயில்.

திடுக்கிட்டாள். அது அத்தீவின் பிரபலக் கோயில்களில் ஒன்று. முழுக்கப் போராளிகள் கட்டுப்பாட்டில் இருந்த வடக்குப் பிராந்தியத்தில் இருக்கிறது. தலைநகரிலிருந்து சுமார் இருநூற்று நாற்பது மைல் தொலைவு. அத்தீவுக்கு வந்ததிலிருந்து அக்கோயிலுக்குப் போக வேண்டும் என்பது அவளது விருப்பம். ஆனால் வெவ்வேறு தடைகள் உண்டாகித் தள்ளிப் போய்க் கொண்டிருந்தது. அவள் கருவுற்றது உறுதியான முதல் நாளே தனக்கு நல்லபடியாகக் குழந்தை பிறந்தால் முதலில் அங்கே வருவதாக வேண்டிக் கொண்டாள்.

மிஷ்ராவுக்கு அதற்கெல்லாம் நேரமில்லை என்பதால் அவனிடம் ஏதும் சொல்லவில்லை.

★

நுரை பொங்கப் பற்கள் துலக்கித் துப்புகையில் அஹிம்ஸா சொல்லிக் கொண்டாள்

“இன்றிலிருந்து பத்தாம் நாள் பிரசவம்!”

அன்று அவளுக்கு உடம்பு சுட்டது. ஆனால் காய்ச்சல் இல்லை. படுக்கையிலிருந்து எழும் போதே வலது காலில் தசை பிடித்துக் கொண்டு சில நிமிடங்கள் உயிர் போய் வந்தது.

பத்திரிகைகள் துணையோடு உண்ணாவிரத நிகழ்வுகளைக் கண்காணித்தாள்.

அவன் உண்ணாவிரதப் போராட்ட மேடையிலிருந்தபடி பத்திரிகைகள், புத்தகங்கள் என வாசிக்கிறான். போராட்டம் பற்றிய உணர்ச்சிகரக் கவிதைகள் வாசிக்கப்படுவதை ரசிக்கிறான். அவனும் உரை நிகழ்த்துகிறான். போராளி இயக்கத் தலைவர் அவனை வந்து நேரில் சந்திக்கிறார். இரவு வரை பேசிக் கொண்டிருக்கிறார்.

கிளம்புகையில் உண்ணா விரதத்தின் போது அதிகம் பேசினால் உடல் சோர்வுறும் எனத் தவிர்க்கச் சொல்கிறார். அவன் ஏற்கிறான். அவனைத் தட்டிக் கொடுத்துவிட்டுக் கிளம்புகிறார்.

அவனது கருப்பு வெள்ளைப் புகைப்படம் ஒன்று அன்றைய தினசரியில் வெளியாகி இருந்தது. மிக ஒல்லி. வசீகரமான முகம். அதில் கண்ணாடி போட்டிருந்தான். அளவான அடர்மீசை. இடக் கையில் கடிகாரம். முழுக்கை சட்டையும் கட்டம் போட்ட லுங்கியும் அணிந்திருந்தான். அவனது உதடுகள் வெடித்து வெளிறிப் போயிருந்தன. கண்கள் உள்ளே போயிருந்தன. முகம் வறண்டு, காய்ந்து கிடந்தது. தலை கலைந்திருந்தது.

அவன் உயிர் பிழைக்க வேண்டும். ஒரு வேளை செத்தாலும் துப்பாக்கியால் சுடப்பட்டோ, குண்டு வெடித்துச் சிதறியோ சாகட்டும். பசியால் கூடாது என நினைத்துக் கொண்டாள்.

★

கழிவறையில் முக்கிக் கொண்டிருக்கையில் அஹிம்ஸா சொல்லிக் கொண்டாள்

“இன்றிலிருந்து ஒன்பதாம் நாள் பிரசவம்!”

அன்று காலையிலிருந்து அவளுக்கு சோப்புத்துண்டோ சாக்கட்டியோ தின்ன வேண்டும் என்ற வேட்கை இருந்தது. வீட்டிலிருந்த சகல வாசனைகளும் துல்லியமாகத் தெரிந்தன.

வானொலி மூலம் உண்ணா விரதச் செய்திகளைக் கவனிக்க ஆரம்பித்தாள் அஹிம்ஸா.

அவன் உண்ணாவிரதம் இருந்த நல்லூர் ஆலயத்தின் முன்னிருந்த மைதானம் ஜனக் கூட்டத்தால் நிறைந்தது. முதலில் நூற்றுக்கணக்கிலும் அப்புறம் ஆயிரக்கணக்கிலும் இருந்த கூட்டம் இப்போது லட்சத்தைத் தொட்டு விட்டது. மழை பெய்ததையும் அவர்கள் பொருட்படுத்தாது நின்றனர். ஒலிபெருக்கி பிரபலக் கவியின் வரிகளை முழக்கமிட்டுக் கொண்டிருந்தது: ‘இவன் அழைப்பது சாவையா? இந்தச் சின்ன வயதில் இது தேவையா?’

அவன் பற்றிக் கூடுதல் தகவல் சொன்னார்கள். ஈராண்டுகள் முன் அரசியல் பிரிவுப் பொறுப்பாளராக அமர்த்தப்பட்டதிலிருந்து சிக்கலான பொது மக்கள் பிரச்சனைகளைத் தீர்த்திருந்தான். பஸ்

வழிமறிப்புப் போராட்டம், மீனவர்களிடையேயான கடல் எல்லைப் பூசல்கள், தொழிலாளர்களுக்கு இடையே ஏற்பட்ட சிக்கல்கள், பல்கலைக்கழகத்தில் உண்டான தகராறுகள், கடை முதலாளிகள் மற்றும் பணியாளர்கள் இடையேயான பிரச்சினைகள் இப்படிப் பல விஷயங்களைப் பேசியே சமரசம் செய்திருக்கிறான்.

ஒரு முறை இரண்டு மதத்தினரிடையே நடந்த துப்பாக்கி, எறிகுண்டு பாவித்த கலவரச் சண்டையையே பேச்சுவார்த்தைகள் மூலமே சரி செய்தான். எனவே அஹிம்சையின் மீது அடிப்படையிலேயே அசலாக நம்பிக்கை வைத்திருப்பவன். மிஷ்ரா சொன்னது போல் போர் நிறுத்த காலத்தில் கையாளும் தற்காலிக உத்தி அல்ல எனத் தோன்றியது.

அன்றைய மாலை செய்தித்தாள் அவன் இருபது நிமிடங்கள் முயன்றும் சிறுநீர் கழிக்க இயலாமல் சிரமப்பட்டான் என்றது. அவன் நீர் அருந்தி ஐம்பது மணி நேரம் மேலாகி விட்டது. உடனிருந்த போராளிகள் தண்ணீர் எடுக்கச் சொல்லி அவனை வற்புறுத்த, அவன் சட்டென வெகுண்டான்: "பெயரைக் கவனியுங்கள். உண்ணா விரதம். அதன் அர்த்தம் என்ன? ஏதும் உண்ணாதிருப்பது. க்ளுக்கோஸ், இளநீர், தண்ணீர் எல்லாமே உணவுதாம். இவற்றை எடுத்துக் கொண்டு எவ்வளவு நாளும் உயிர் வாழலாம். அது உண்ணாவிரதம் இல்லை. ஒரு புனித இலட்சியத்துக்காகவே நான் என்னை வருத்தி உண்ணாவிரதம் இருக்கிறேன். வெறும் அரசியல் லாபத்துக்காக அல்ல. வயிறு முட்ட நீரருந்தி விட்டு என்னையும் ஏமாற்றிக் கொண்டு, மக்களையும் ஏமாற்ற என்னால் முடியாது. இனி என்னை யாரும் தண்ணீர் குடிக்கச் சொல்லிக் கேட்க வேண்டாம். நேரடியாகச் சொன்னால் அது என்னை அவமானப்படுத்துவது போல இருக்கிறது."

பெருமூச்செறிந்தாள். அப்பிடிவாதத்தின் மீது சினமெழுந்தது. தூங்க முயற்சி செய்தாள்.

★

குளியலறை நீர்ப் பொழிவில் நின்றிருக்கையில் அஹிம்ஸா சொல்லிக் கொண்டாள்

"இன்றிலிருந்து எட்டாம் நாள் பிரசவம்!"

முந்தைய இரவு தூக்கமே வரவில்லை. கண்கள் சிவந்திருந்தன. தலை வலி வந்தது.

இன்னும் வானொலியையும் பத்திரிகைகளையுமே தகவலுக்குச் சார்ந்திருந்தாள்.

உண்ணாவிரத மேடையில் முந்தைய இரவு அவ்விளைஞன் நன்றாக உறங்கி விட்டான். தாமதமாகக் கண் விழித்தவன் எழச் சத்தின்றி படுக்கையில் கிடந்தான். நாடித் துடிப்பு அதிகரித்திருக்கிறது. நுரையீரல் உள்ளிட்ட உறுப்புகளுக்கு செல்லும் இரத்தம் குறையத் தொடங்கி விட்டது. இன்னும் இரண்டு நாட்கள் சிறுநீர் கழியவில்லை எனில் சிறுநீரகம் செயலிழக்கக்கூடும். அது இருதயத்தில் பாதிப்பை உண்டாக்கி ஆளைச் சாகடிக்கும்.

அன்று அவனுக்கு வைத்தியம் பார்க்க மருத்துவர் வரவழைக்கப்பட்ட போது குழறிய குரலில் அவன் சொன்னான்: "எனக்கு என்ன நடந்தாலும் நீங்கள் ஒரு சொட்டுத் தண்ணீர் கூட பலவந்தமாகவோ, சுயநினைவற்ற நிலையிலோ தர முயற்சி செய்யக்கூடாது. என் கோரிக்கைகள் நிறைவேறாவிட்டால் நான் இறப்பது வரை எவ்விதப் பரிசோதனையும், சிகிச்சையும் செய்யக் கூடாது. இதுக்குச் சம்மதிப்பதாகச் சத்தியம் செய்து தாருங்கள்." போராளிகள் அவனது கை பிடித்தனர். மருத்துவர் வேறு வழியின்றி வெளியேறினார்.

தேவாலயப் பாதிரியார் ஒருவர் வந்து அவன் கிடந்த கோலம் கண்டு தான் உணர்ச்சி துறந்தவன் என்பதையும் மறந்து கதறி அழுதார். நல்லூர் கந்தசுவாமியிடம் அவனைக் காக்கும்படி மக்கள் மனமுருகப் பிரார்த்தனை செய்தனர். நாடெங்கும் ஆலயங்களில் அது நடந்தது. உண்ணாவிரதம் பற்றிய செய்தி சர்வதேச அளவில் பரவியது. ஐரோப்பிய, மத்திய கிழக்கு நாடுகளில் இருந்தும் பலர் கவலையுடன் தொலைபேசி நிலைமையை விசாரிக்க ஆரம்பித்தனர். அது அவளது நாட்டின் தென்முனையிலும் கொந்தளிப்புகளை உண்டாக்கி இருப்பது தெரிந்தது. அன்றைய இரவில் அவளும் அவனுக்காக வழிபட்டாள்.

★

புடவை கட்டி மடிப்புகளைச் சரி செய்கையில் அஹிம்ஸா சொல்லிக் கொண்டாள்

"இன்றிலிருந்து ஏழாம் நாள் பிரசவம்!"

காலையிலிருந்தே வாந்தி வருவது போல் உணர்வு. ஆனால் வரவில்லை. பெயர்தான் 'மார்னிங் சிக்னஸ்', ஆனால் நாளெல்லாம் இருக்கிறது என நொந்து கொண்டாள்.

போராளிகள் நடத்தும் தொலைக்காட்சிச் சேவையைக் கண்டுகொண்டாள். அதில் தினமும் அரை மணி உண்ணா விரதம் பற்றிய செய்தித் தொகுப்பு இடம் பெற்றது.

அன்று அவனால் பத்திரிகைகள் வாசிக்க முடியாத அளவுக்குச் சோர்வும் மயக்கமும் ஆட்கொண்டு விட்டது. போர்வைக்குள்ளையே அடைந்திருந்தான். மின் விசிறியை மீறி உடல் வியர்த்தது. சிறுநீரகம் பாதிப்படைய ஆரம்பித்து விட்டதன் அறிகுறி அது. மக்கள் நாடெங்கிலும் இருந்து பேருந்துகள், மாட்டு வண்டிகள், மிதிவண்டிகள் என கிடைக்கும் வாகனங்களில் எல்லாம் ஏறிவந்து குவிய ஆரம்பித்தார்கள். சிலர் நடை பயணமாகவும்.

போராளிகளின் அரசியல் பிரிவுத் தலைவர் வந்து அன்று அவனைச் சந்தித்துப் பேசிக் கொண்டிருந்தார் என்ற செய்தி மாலை வந்தது. ஆனால் பேசிய விவரங்கள் ஒன்றும் தெரியவில்லை. நள்ளிரவில் மிஷ்ரா வந்த போது தவறாமல் அது பற்றி வசாரித்தாள்.

"நம் அரசிடமிருந்தோ, என்னிடமிருந்தோ இதுவரை எந்தப் பதிலும் கிடைக்கவில்லை என்றுதான் அவரால் அவனிடம் சொல்லியிருக்க முடியும். அவன் நம் அரசை நோக்கி சரியாக நமது அடையாளமான மஹாத்மாவின் ஆயுதம் ஏந்தி நிற்கிறான். அது நல்ல நகர்வு. இரு அரசுகளும் இந்தப் போராட்ட வடிவிற்குச் சங்கடம் கொள்கின்றன. இதை எப்படிக் கையாள்வது எனத் தடுமாறுகின்றன. ஒருவேளை அவன் வெல்லவும் கூடும்."

அஹிம்ஸா மனம் நிறைந்து மிஷ்ராவை இறுகக் கட்டிக் கொண்டு தூங்கிப் போனாள்.

★

தலையில் மலர் சூடி நுதற்பொட்டு வைக்கையில் அஹிம்ஸா சொல்லிக் கொண்டாள்

"இன்றிலிருந்து ஆறாம் நாள் பிரசவம்!"

அன்று அவள் எழுந்த போதே லேசான தலை சுற்றல் இருந்தது. கால்களும் கைகளும் வீக்கம் கண்டிருந்தன. சிறுநீர் கழித்த போது ஒருவிதமான எரிச்சலை உணர்ந்தாள்.

ஒரே செய்தியை தனியார் பத்திரிகை, அரசின் வானொலி, போராளி தொலைக்காட்சி என ஒவ்வோர் ஊடகமும் வெளியிடுகையில் அவற்றுக்கிடையே மெல்லிய வித்தியாசம் இருப்பதை உணர்ந்தாள். உண்மைச் செய்தி என ஒன்று இருக்கிறதா என்று வியந்தாள்.

அன்று அதிகாலையிலேயே எழுந்து அதிசயமாக அரை லிட்டர் சிறுநீர் கழித்தான். அதை ஒரு சாதனை போல் உற்சாமாகச் சொல்லியிருக்கிறான். "விளக்கு அணையும் முன்பு பிரகாசமாக எரியும், அதுபோல இன்று நானும் உற்சாகத்துடன் இருக்கிறேன்" என்று சுயபகடியும் செய்திருக்கிறான். பின் மெல்லிய குரலில் ஓர் உரை ஆற்றியிருக்கிறான்.

"என் மண்ணின் மக்களே! என்னால் பேச முடியவில்லை. அப்படி இருந்தும் நீங்கள் தரும் உற்சாகம் என்னைப் பேச வைக்கிறது. நான் மீட்கப்பட முடியாத இடத்திற்குப் போய்க் கொண்டிருக்கிறேன். நான் வாழ்நாள் முழுவதும் நேசித்த என் தேசத்தின் பிரஜைகளே, உங்களிடம் பெரிய பொறுப்பை விட்டுச் செல்கிறேன். நீங்கள் யாவரும் பரிபூரணமாகக் கிளர்ந்தெழ வேண்டும். இங்கு மாபெரும் மக்கள் புரட்சி வெடிக்கட்டும். இந்நிலத்துக்காக உயிர் நீத்த போராளிகள் 650 பேருடன், 651வது போராளியாக மேலிருந்து மலரும் தனி தேசத்தை மகிழ்ந்து பார்ப்பேன். போராடத் தயாராகுங்கள். எனக்கு விடை தாருங்கள்."

போராளிகளின் அரசியல் பிரிவுத் தலைவர் அன்று அவள் நாட்டிற்குப் போயிருக்கிறார் எனச் செய்தி வந்தது. அது அவள் தேசப் பிரதமர் அழைப்பின் பேரில், உண்ணா விரதம் பற்றிப் பேசுவதற்காக இருக்கலாம் என்ற ஊகங்கள் கிளம்பி இருந்தன. இரவு மிஷ்ரா வருவதற்காகக் காத்திருந்து அது பற்றி விசாரித்தாள் அஹிம்ஸா. அங்கே அப்படி ஏதும் சந்திப்பு நிகழவில்லை, சாதாரணப் பயணம் அது என்று சொல்லி ஏமாற்றம் தந்தான்.

★

சமையல் அறையில் காஃபி போட்டிருக்கையில் அஹிம்ஸா சொல்லிக்கொண்டாள்

"இன்றிலிருந்து ஐந்தாம் நாள் பிரசவம்!"

அவளது வாய் ஈறுகளில் வீக்கமும் பற்களில் ரத்தக் கசிவும் உண்டாகின. சூல் கொண்ட வயிற்றில் வீக்கம் அதிகரித்து பக்கவாட்டில் லேசாக வலிக்கும் உணர்வு தோன்றியது.

அவனது இதயத் துடிப்பு 140 ஆக அதிகரிக்க, இரத்த அழுத்தம் 80/50 என்று விழுந்தது.

மக்கள் பெருக்கம் அதிகரிப்பதாலும், வெயிலும் மழையும் குளிரும் தாக்குவதாலும், பெண்களும், குழந்தைகளும் கூடுவதாலும் மைதானம் முழுக்கவும் உண்ணாவிரத மேடையைச் சுற்றிக் கொட்டகை போடும் வேலையை ஆரம்பித்தனர். அங்கேயே வேறு சிலரும் உண்ணாவிரதத்தை ஆரம்பித்தனர். நாட்டின் மற்ற பாகங்களிலும் தம் ஆதரவை வெளிப்படுத்த மக்கள் அடையாள உண்ணாவிரதங்கள் இருந்தனர். மெல்ல மெல்ல ஒரு மக்கள் எழுச்சி இயல்பாக உருவாகிக் கொண்டிருந்தது. அரசு கவலைப்பட்டது. நகரைச் சுற்றி சமாதானப் படையின் ஹெலிகாப்டர்கள் பறந்து அதை அளந்து கொண்டிருந்தன.

மிஷ்ரா இன்று போராளிகளின் அரசியல் பிரிவுத் தலைவரைச் சந்தித்துப் பேச்சு வார்த்தை நடத்தக்கூடும் என்று ஒரு செய்தி வந்தது. எப்போதும் மிஷ்ராவின் பெயர் அப்படி வானொலியிலோ செய்தித்தாளிலோ தொலைக்காட்சியிலோ கண்டால் அவளுக்குப் பெருமையாகவே இருக்கும். ஆனால் அன்று அதை மீறி உண்ணா விரத விஷயத்தில் என்ன முடிவு எட்டப்படும் என்பதே அவளது ஆர்வமாக இருந்தது. அதன் மூலம் அவன் உணாவிரதத்தைக் கைவிட்டால் உடனடியாகப் பெரிய ஆஸ்பத்திரிக்கு எடுத்துப் போக ஆம்புலன்ஸ் வாகனம் ஒன்று தயார் நிலையில் இருக்கிறது. அங்கே அவசர சிகிச்சை அளித்தால் மூன்று நாட்களில் அவன் உயிர் பிழைத்துக் கொள்வான்.

அன்று சீக்கிரமே வீடு வந்த மிஷ்ராவுக்கு உணவு பரிமாறியபடி அதை விசாரித்தாள்.

"நான் பேச்சுவார்த்தைக்குச் செல்லவில்லை."

"ஏன்?"

"அவன் உண்ணா விரதத்தைக் கை விடுவதாகச் சம்மதித்தால் மட்டுமே சந்திப்பு என நிபந்தனை விதித்திருந்தேன். ஆனால்

அவர்கள் என் பேச்சுக்கு மதிப்பளிக்கவில்லை. உண்ணாவிரதம் தொடர்கிறது. எனவே நானும் அவர்களைச் சந்திக்கப் போகவில்லை.”

“ம்.”

“நத்திங் டூ ப்ளேம் ஆன் மீ. அவர்களே என்னை இந்த இடத்துக்கு உந்தினார்கள்.”

அவள் சட்டெனெ பரிமாறுவதை நிறுத்து விட்டு தலை வலிக்கிறது என்று சொல்லி விட்டு அவனையே போட்டுச் சாப்பிடச் சொல்லி படுக்கையறைக்குள் புகுந்து கொண்டாள்.

அந்த இளைஞனை மெல்ல நெருங்கும் சாவை விட அது தனக்கு அருகிலேயே தயாராகிக் கொண்டிருப்பதை அவளால் ஏற்கவே முடியவில்லை. எங்கே அழுது விடுவோமோ எனப் பயமாக இருந்தது. அறையின் விளக்கணைத்து கண்களை இறுக மூடிக் கொண்டாள்.

★

காலை உணவில் விரல் வைத்து அளைகையில் அஹிம்ஸா சொல்லிக் கொண்டாள்

“இன்றிலிருந்து நான்காம் நாள் பிரசவம்!”

அவளுக்குக் காலையில் இருந்து எரிச்சலாக இருந்தது. கர்ப்பமாகும் முன் மாதவிலக்கு நாட்களில்தான் அத்தகைய உணர்வை அடைந்திருக்கிறாள். எல்லோரிடமும் கத்தத் தோன்றும். மிஷ்ராவைத் தவிர எல்லோரிடமும் கத்தி இருக்கிறாள். இப்போது மறுபடி.

அவனது சகல உறுப்புகளும் செயலற்றுக் கொண்டிருந்தன. உதடுகள் அசைகின்றன. ஆனால் குரல் எழவில்லை. சாவை நோக்கித் துரிதமாக நகர்ந்து கொண்டிருந்தான்.

மக்கள் தெருவில் அமைதிப் போராட்டங்களில் இறங்கினர். அதன் பகுதியாக நகரின் கோட்டையிலிருந்த சமாதானப் படையினரின் ராணுவ முகாம் முன் ஆயிரக்கணக்கான பொது மக்கள் அமர்ந்து, அவர்கள் வெளிவராதவாறு மறியல் செய்யத் தொடங்கினர்.

மிஷ்ரா போராளிகள் இயக்கத் தலைவரைச் சந்தித்து பேச்சுவார்த்தை நடத்தினான். முடிவு ஏதும் எட்டப்படவில்லை.

யாரும் எதையும் விட்டுக் கொடுக்கத் தயார் இல்லை. எழுத்தில் எந்த உறுதிமொழியும் தர முடியாது எனக் கறாராகச் சொன்னான் மிஷ்ரா. அவனும் அது வரும் வரை உண்ணா விரதத்தை விட முடியாது என்று கூறி விட்டான்.

அஹிம்ஸா அச்செய்தியைக் கேட்டதிலிருந்து கண்ணீர் வழிந்து கொண்டே இருந்தது.

தூதரக நூலகத்தில் இல்லாத நூல்கள், பத்திரிகைகளே கிடையாது. சமீப நாட்களில் தீவுப் போராளிகளின் எத்தனையோ தியாகங்களைத் தேடித் தேடி வாசித்திருந்தாள்.

வெடி மருந்து நிரப்பிய லாரியை எடுத்துப் போய் ராணுவத்தின் ஆயுதக் கிடங்கை அழித்த தற்கொலைப் போராளி, ஆயுதங்களை ராணுவத்திடமிருந்து காப்பாற்ற காயப்பட்டு நடக்க முடியாத நிலையிலிருந்த தன்னைச் சுட்டு விட்டு ஆயுதங்களை எடுத்துக் கொண்டு தப்பி ஓடும் படி கட்டளையிட்ட தளபதி, இயக்க இரகசியங்கள் கொண்ட கோப்புக்களைக் காப்பாற்றுவதற்காக கழுத்தில் தொங்கும் சயனைட் குப்பியைக் கடித்தவன், வெடிகுண்டின் க்ளிப் எதிர்பாராமல் விலக, உடனிருந்த போராளிகளைக் காப்பாற்ற அதைத் தன் வயிற்றுக்குள் அமுக்கிக் குப்புறப்படுத்து உடல் சிதறியவன் என இயக்கத்துக்காகத் தியாகம் செய்த போராளிகள் ஏராளம் பேர் உண்டுதான். ஆனால் உண்ணாவிரதம் இருந்து உயிர் துறக்கப் போவது அவன்தான்.

தோட்டாவுக்கோ, வெடிகுண்டுக்கோ, கத்திக்கோ, சயனைடுக்கோ, சித்ரவதைக்கோ அன்றி பசி, தாகத்தால் குடல் சுருங்கி மரிக்கப் போகிற முதல் போராளி அவன்தான்.

இன்னொன்றும் தோன்றியது. எல்லாமே தற்கொலைதான் என்றாலும் மற்றவை கண நேரத்தில் நிகழ்ந்து விடக்கூடியவை; சொல்லப் போனால் வலியின் வீரியம் குறித்து மூளைக்கு முழுக்கத் தகவல் சென்று சேரும் முன்பே கூட இறப்பு நேரிட்டிருக்கும். ஆனால் உண்ணாதிருந்து சாவது ஒரு நெடிய போராட்டம்; ஒவ்வொரு கணமும் உடல் உணரும் வதை வரப்போகும் மரணத்தை சதா நினைவூட்டிக் கொண்டே இருக்கும். கொஞ்சம் கொஞ்சமாக அழிந்து இல்லாமல் போவது என்பது சாதாரணமானது அல்ல. அப்படியிருந்தும் வெளியேறாமல் அதைத் தொடர மகத்தான மனோபலம் தேவை.

அதை நினைக்கும் போதே அஹிம்ஸாவுக்கு அடிவயிற்றில் கலங்கல் உண்டானது.

★

துணி மடித்து வைத்துக் கொண்டிருக்கையில் அஹிம்ஸா சொல்லிக் கொண்டாள்

“இன்றிலிருந்து முன்றாம் நாள் பிரசவம்!”

அன்று அவள் மார்புகளில் மெல்லிய வலி உண்டானது, வெளிறிய திரவம் வெளியானது. மருத்துவர் அது இயல்பு என்றே சொல்லி அனுப்பி இருந்தாள் என்பதால் அலட்டவில்லை.

அவனது உடல்நிலை மேலும் மோசமானது. சுவாசிப்பதற்கே மிகவும் சிரமப்பட்டான். கண்களைத் திறந்திருக்க முடியவில்லை. மெல்ல ப்ரக்ஞை இழந்து கொண்டிருந்தான். அவனது நாடித் துடிப்பு தலை கீழாக இறங்கி ஐம்பதைத் தொட்டது. அவனைக் கொல்ல இரண்டு அரசுகளும் முடிவு கட்டி விட்டன என்றே பேசினார்கள். ஆயிரக்கணக்கான மாணவர்கள் திரண்டு வந்தனர். அந்த இடமே அழுகையாலும் சளியாலும் நிரம்பியது.

அவன் போட்ட விதையில் தேசமெங்கும் பல உண்ணாவிரதப் பந்தல்கள் முளைத்தன. அந்தத் தீவிலிருந்த பல அமைப்புகள் சொந்த அரசுக்கும் அந்நிய அரசுக்கும் மகஜர்கள் அனுப்பி உடனடியாக முடிவு செய்து அவன் உயிரைக் காக்குமாறு இறைஞ்சினார்கள்.

ஒரு சமாதானப் படை முகாமுக்கு முன், அவனுக்கு ஆதரவாக மனு கொடுப்பதற்காகப் பெருந்திரளாகப் பொது மக்கள் திரண்டு சென்ற போது சமாதானப் படையினர் அந்தக் கூட்டத்தைத் தடுக்கவும் கட்டுப்படுத்தவும் துப்பாக்கிச் சூடு நடத்தினர். ஒருவர் அதில் இறந்து விட்டதாகவும், பலர் படுகாயமடைந்ததாகவும் வானொலியில் சொன்னார்கள்.

முதல் முறையாக அஹிம்சைக்கு எதிரான வன்முறை. அஹிம்சா முகம் சுருங்கினாள்.

அன்றிரவு மிஷ்ரா வீட்டுக்கு வந்ததும் அவள் கேட்காமல் தானாகவே சொன்னான்.

“அந்த இளைஞன் அவ்வளவுதான். ஒன்றோ இரண்டோ நாள்தான் ஆயுள் அவனுக்கு.”

“நோ...”

“இந்த மண் ஒரு வினோத வீரஞ்செறிந்தது. இந்தத் தியாகத்துக்கெல்லாம் இவர்கள் விரும்பும் தனி தேசம் இணையான மதிப்புடையதா என்றே தெளிவில்லை. ராணுவம் வீசிய வெடிகுண்டினால் போராளியான தன் மகன் ஒரு காலை இழந்து நின்ற போது அவன் தாய் அவனிடம் இப்படிச் சொல்லி இருக்கிறாள் - ஒரு கால் போனால் என்ன? இன்னும் ஒரு கால் இருக்கு, இரண்டு கைகள் இருக்கின்றன. இறுதி வரை போராடு.”

“...”

“நீயும் இவர்கள் மொழிக்காரிதானே, இதை எப்படி விளக்குவாய்? எனிதிங் ரேஷனல்?”

“நீங்கள் அடிமையாக இருந்து பழகியதில்லை என்பதுதான் முக்கியமான வித்தியாசம்.”

★

அன்று ஏனோ ‘உண்மைகளுடனான என் பரிசோதனைகள்’ நூலை வாசிக்க வேண்டும் போல் தோன்றியது. உத்தேசமாகப் புரட்டியபடி அஹிம்ஸா சொல்லிக் கொண்டாள்

“நாளை பிரசவம்!”

அவளது பிறப்புறுப்பில் எரிச்சலும் அரிப்பும் உண்டாகி திரவம் வடிந்து பிசுபிசுத்தது.

அவனது உடல் பரக்ஞை இழந்தது. சகல உறுப்புகளும் உணர்ச்சி அறுத்துக் கொண்டன. கை, கால்கள் தாமாகவே அசைந்தன. உயிர் இருப்பதையே அவைதாம் உறுதி செய்தன.

அவனுடல் தன்னை அறியாமல் புரளத் தொடங்கியதால் சிறிய கட்டிலில் இருந்து பெரிய கட்டிலுக்கு மாற்றப்பட்ட போது படுக்கையில் சிறுநீர் கழித்திருந்தது தெரிந்தது. அவனது ஆடைகளை அகற்றிப் புத்தாடை அணிவித்தனர். “சாகப் போகிறவனுக்கு எதற்குப் புது உடுப்பு?” என்று சில நாள் முன் அவன் சுயநினைவோடு இருந்த போது மறுத்த ஆடை.

அவனிடம் இருந்ததெல்லாம் ஒரு நீளக் கால் சராய், அதற்கு ஒரு சட்டை. பகலெல்லாம் சுற்றி விட்டு நள்ளிரவில் தலைமை அலுவலகம் வந்து அழுக்கேறிய தன் உடைகளைத் துவைத்துக் காயப் போட்டுவிட்டே படுக்கச் செல்வான். எனவே புதிதென்பது சொகுசு.

அவன் உடல் நிலை மோசமாகிவிட்ட விஷயம் நாடு முழுவதும் பரவத் தொடங்கியது. போராளிகளும் பொது மக்களும் அந்த மேடையைச் சுற்றி வளைத்துக் கொண்டனர்.

அரசு அலுவலகங்கள், தனியார் நிறுவனங்கள் போக்குவரத்துக் கழகங்களில் பணி புரிவோர் வேலை நிறுத்தம் செய்து உண்ணாவிரதத்தில் ஈடுபடுவதாக அறிவித்தனர்.

அன்றைய பிற்பகலில் கோமாவுக்குள் விழுந்தான். அவன் நினைவை மீட்க வேண்டி அவனால் விரும்பிக் கேட்கப்படும் பாடல் ஒன்றை மேடையில் ஒலிபரப்பினார்கள்.

> *"ஓ! மரணித்த வீரனே!*
> *உன் ஆயுதங்களை எனக்குத் தா!*
> *உன் சீருடைகளை எனக்குத் தா!*
> *உன் பாதணிகளை எனக்குத் தா!"*

கூட்டத்தினர் அந்தப் பாடலைக் கேட்டதும் கேவி அழத் தொடங்கினர். போராளிகள் தொலைக்காட்சியில் அந்தப் பாடலைப் பார்த்த அஹிம்ஸாவும் வெடித்து அழுதாள்.

★

வலி கண்டு மருத்துவமனைக்குக் கிளம்பும் போது அஹிம்ஸா சொல்லிக் கொண்டாள்

"இன்று பிரசவம்!"

டாக்ஸி வரத் தாமதமாகி மருத்துவமனை போகும் வழியில் பனிக்குடம் உடைந்தது.

அவளது உடலைப் பரிசோதித்த மருத்துவர் அவளது ரத்த அழுத்தம் அதிகரித்தும் அழுது கண்கள் வீங்கியிருப்பதையும் அவள் கடும் மன அழுத்தத்தில் இருப்பதையும் கண்டு கொண்டார். உடனடியாகச் சிகிச்சையை ஆரம்பித்தார். ஆச்சரியமாக பெரிய

சிக்கல் ஏதுமின்றி குழந்தை பெற்றுப் போட்டாள். மூன்றரை கிலோக்ராமில் ஆரோக்கியமான ஆண் மகவு. அவளுக்கு வலி தெளிந்து, நினைவு சீரானதும் குழந்தையைக் கூட கையில் வாங்காமல் கேட்ட முதல் கேள்வி அந்த இளைஞனுக்கு என்ன ஆனது என்பதுதான்.

செவிலிகள் முணுமுணுத்தபடி வானொலியில் செய்தி கேட்டுத் தகவல் சொன்னார்கள்.

அவன் இறந்து விட்டான். சாகும் வரையிலான தன் உண்ணாவிரதப் போராட்டத்தை *265* மணி நேரத்தில் முடித்துக் கொண்டான். அம்மரணத்தில் இரு தேச மனசாட்சி எரிந்தது.

ஒரு பிணத்தைப் போல் அவள் தனது குழந்தையை வாங்கிப் பாலூட்ட ஆரம்பித்தாள்.

★

அஹிம்ஸாவின் நெற்றியில் அழுந்த முத்தமிட்ட மிஷ்ரா புத்தம் புதிதாக இந்தப் பூமிக்கு வந்திருந்த அந்த ஆண் சிசுவைக் கையிலேந்திக் கொண்டு பெருமிதமாகப் பார்த்தான்.

அஹிம்ஸா அவனைப் பார்த்து சோகையான ஆனால் உறுதியான குரலில் சொன்னாள்.

“இவன் பெயரைத் தீர்மானித்து விட்டேன்.”

“ஆம். உன் உரிமை அது. என்ன பெயர்?”

சொன்னாள். மிஷ்ரா திடுக்கிட்டான். தான் சரியாகக் காதில் வாங்கினோமா அல்லது ஓய்வு, உறக்கமற்ற வேலை அலைச்சலில் உண்டாகும் பிரமையா எனக் குழப்பமாக மறுபடி சொல்லக் கேட்டான். அவள் நிதானமாக மறுபடி அப்பெயரைச் சொன்னாள்.

“அவன் பெயரா? இறந்த அந்த இளைஞனின் பெயரா? உனக்கு என்ன பைத்தியமா?”

மிஷ்ரா சீற்றமாக அவளைப் பார்த்துக் கேட்டான். உடல் நடுங்கச் சொன்னான் -

“அஹிம்ஸா, எனக்கு இதில் விருப்பமில்லை. நான் இதை அனுமதிக்க மாட்டேன்.”

“இறந்த பிறகு லெஃப்டிணன்ட் கர்னல் என்ற பட்டம் தரப்பட்டவன் பெயர் கசக்கிறதா! நாடே அவனுக்குக் கண்ணீர் உகுத்தது. அதன் தலைவன் நேரில் மரியாதை செய்தான்.”

அஹிம்ஸா புன்னகை செய்தாள். குழந்தை அழ, அதன் வாயில் முலை திணித்தாள்.

★

அஹிம்ஸா உடல் தேறி வீடு சேர்ந்தாள். மிஷ்ரா மறுபடி வேலைகளில் தீவிரமானான்.

ஓர் இரவு மிஷ்ராவுக்கு அஹிம்ஸா உணவு பரிமாறிக் கொண்டிருந்த போது கேட்டான்.

“பையன் சத்தமே காணோமே. தூங்கிட்டானா?”

“மிக நிம்மதியாகத் தூங்கியிருப்பான்.”

“நல்லது. பெயர் குறித்து யோசித்தாயா?”

“என் முடிவில் எந்த மாற்றமும் இல்லை.”

“ஏன் பிடிவாதம் பிடிக்கிறாய் அஹிம்ஸா?”

“நீங்கள் செய்த பாவத்துக்கு உங்கள் மகன் பரிகாரம் தேடுகிறான். அவ்வளவுதான்.”

“நான் இதற்குச் சம்மதிக்க மாட்டேன்.”

“உங்கள் சம்மதம் அவசியமில்லை.”

“அவ்வளவு திமிர் வந்து விட்டதா?”

“இல்லை. யதார்த்தம் சொன்னேன்.”

“என்ன மாதிரியான உளறல் இது?”

“உங்கள் மகன் இப்போது இங்கில்லை.”

“என்ன...?”

“பதற வேண்டாம். அவன் சேர வேண்டிய இடத்திற்குப் போய்ச் சேர்ந்து விட்டான். எந்த இடம் என நீங்கள் கண்டறிய முடியாது. என்ன ஆனாலும் நான் சொல்லவே மாட்டேன்.”

"..."

"அங்கே அவனுக்கு நான் விரும்பிய பெயரையே இடுவார்கள் என்றே ஊகிக்கிறேன்."

"பாவி, ஏன் இப்படிச் செய்தாய்? நீயும் ஒரு தாயா?"

"நீங்கள் செய்தது அறமற்ற செயல். அதை நான் சரி செய்ய முனைந்திருக்கிறேன். என் நிலத்தில் அறம் ஏற்ற ஒரு தாய் என்ன செய்வாளோ அதையேதான் நான் செய்தேன்."

"முட்டாள். பெற்ற வயிறு பற்றி எரியவில்லையா?"

"ரெண்டாயிரம் ஆண்டு முன் என் பாட்டி ஒருத்தி பாடி வைத்தாள்: புலிசேர்ந்து போகிய கல்லளை போல ஈன்ற வயிறோ இதுவே தோன்றுவன் மாதோ போர்க்களத் தானே"

"புல்ஷிட்! உன் மஹாத்மா என்ன ஆனார்? உன் அஹிம்சை என்ன ஆனது? எல்லாம் வெறும் வாய்ச்சொல்லா? கொலை, தற்கொலை செய்வது என்றைக்கு அறமானது?"

"அடடா! அஹிம்சை மீது என்னவோர் அக்கறை! நீவிர் வன்முறையைக் கையிலெடுக்க, எதிராளி மட்டும் அமைதி வழியில் நிற்க வேண்டும். அப்படித்தானே? சரி, சொல்கிறேன். மஹாத்மாவே சொல்லி இருக்கிறார். ஒரு பெண் பாலியல்ரீதியாக அவமதிக்கப்படும் போது ஹிம்சை, அஹிம்சை எல்லாம் பொருட்டில்லை. அவள் தன் மானத்தைக் காத்துக் கொள்ள எந்த முறைகளையும் கையாளச் சுதந்திரம் உண்டு. தேசத்தைத் தாய் என்று போற்றும் உங்களுக்கு இந்தக் கொள்கையை நாட்டுக்கும் நீட்டிக்கத் தயக்கம் இராது."

"உனக்குப் பேய் பிடித்து விட்டது. உன் குழந்தைக்கு ஆபத்து விளைவித்திருக்கிறாய்."

"இல்லை. உண்மையில் நீங்கள் செய்ததுதான் கொடூரமான பச்சைப் படுகொலை."

"நான்-சென்ஸ். அபாண்டம். அவனாகப் பட்டினி கிடந்து இறந்தது கொலையா?"

"அவன் இறந்தது அவனது முடிவாக இருக்கலாம். ஆனால் அவன் முன்னெடுத்த அறப்போரைக் கொன்றது நீங்களே.

அவர்கள் கையில் ஏந்திய அஹிம்சையைப் பிடுங்கி எறிந்து விட்டு பதிலாகத் துப்பாக்கியைத் திணித்திருக்கிறீர்கள். இனி அவர்களுக்கு ஒருபோதும் அமைதிப் போராட்டத்தின் மீது நம்பிக்கை வராது. நீங்கள் மஹா பாவி."

"நான் பெரிய இயந்திரத்தின் சிறிய சக்கரம். நான் தீர்மானித்து ஆவதொன்றுமில்லை."

"பல்லாண்டுகளாகக் கேட்டுப் புளித்த வழக்கமான தப்பித்தல் வாதம். ஒருவேளை அது நிஜமென்றால் மாற்றம் இச்சிறிய சக்கரத்தில் இருந்தே உருவாகட்டும். உங்கள் முடிவின் முதல் பலி நீங்களே. நின்ற போர் நாளை மறுபடி ஆரம்பிக்கக்கூடும். அது நீங்கள் பற்ற வைத்த நெருப்பு. உங்கள் மகனும் அதில் சேர்ந்து எரிவான் என்பது நினைவிருக்கட்டும்."

அவள் சொன்னதைக் காற்றில் கரைய விட்டு தொலைபேசி எடுத்து, மிஷ்ரா அதிகார வட்டத்தில் தன் குழந்தையைக் கண்டுபிடிக்கும் மார்க்கங்களை முடுக்கி விட்டான்.

★

வேல் வீற்றிருக்கும் நல்லூர் கந்தசுவாமி கோயிலின் மூலஸ்தானக் கருவறை வாசலில் கிடத்தப்பட்டிருந்த ஆண் குழந்தையை வேங்கை ஒன்று கண்டெடுத்தது. அதை வாயில் கவ்வியபடி மெல்ல நடந்தது. அஹிம்ஸாவின் மார்பில் ஒரு துளி பூத்து உடை ஈரமானது.

★★★

(2023 காந்தி ஜெயந்தி அன்று வெளியானது)

4. காலோஸ்மி

இக்கதை எழுதப்படும் நாளிலிருந்து* ஓராண்டு, ஒரு மாதம், 25 நாட்கள் எதிர்காலத்தில்...

தீஸ் ஜனவரி மார்க்கிலிருந்த 'காந்தி ஸ்மிருதி' மாலை ஐந்து மணியின் குளிர்ச்சியில் சிலிர்த்திருந்தது. மஹாத்மா நினைவு நாள் என்பதையும் கடந்து ஜனம் அதிகமில்லை.

மரணத்தை நோக்கி காந்தி இறுதியாக நடந்து சென்ற பாதையை அடையாளப்படுத்த அவரது பாத ரட்சைகளின் வடிவை சிமெண்ட்டில் புல்வெளி நடுவே பதித்திருந்தனர்.

அங்கே ஓர் ஆணும் ஒரு பெண்ணும் அருகருகே முகம் பார்த்துக் கைப் பிடித்தவாக்கில் நின்றிருக்க, மற்றொரு பெண்மணி சற்று விலகி நின்று அவர்களைப் பார்த்திருந்தார்.

தன் முகத்தைப் பார்க்கும் போதெல்லாம் ஐஸ்க்ரீமைக் கண்ட குழந்தை கணக்காக தாராவின் கண்களில் வழியும் காதல் ஈஸ்வரனுக்குப் பிடித்தமானது, பெருமிதமானது. தனது அத்தனை வெற்றிகளையும் பிடித்த பெண்ணின் பாதத்தில் சமர்ப்பித்து அவளது காதலை வென்றெடுப்பதையே ஓர் ஆண் ஆகச் சிறந்த பெருமையாகக் கருதுகிறான்!

முலைகள் அழுந்தும் கூச்சமின்றி ஈஸ்வரனைக் கட்டி அணைத்துக் கொண்டாள் தாரா. அவன் பக்கல் கொழுப்பு செழித்த அவளது கன்னத்தில் மென்முத்தமிட்டுச் சொன்னான் -

“பயப்படாதே! பத்திரமாப் போயிட்டு வா.”

தாரா தலையாட்டினாள். லேக்ரிமல் சுரந்த நீர் கண்களில் சூழ்ந்து நிற்கச் சொன்னாள் -

“ஐ லவ் யூ! வந்துடுவேன். வெய்ட் பண்ணு.”

“அதிகபட்சம் பத்து நிமிஷ வேலைதானே!”

“ம்.”

“அதுக்கு என்ன இத்தனை செண்டிமெண்ட்?”

“ஆனால் 77 வருடம் பின்னோக்கிய பயணம்!”

“ஸோ வாட்? இன்று போய் நேற்று வா. ச்சியர்ஸ்!”

சட்டெனச் சுதாரித்துப் புன்னகை செய்தாள். ஈஸ்வரனிடமிருந்து விலகித் திரும்பினாள்.

பத்மஸ்ரீ பட்டம் பெற்றவரும், பழைய ராஜ்ய சபா எம்பியும் (காங்கிரஸ்), ஹிந்துஸ்தான் டைம்ஸ் நாளேட்டின் அதிபரும், ஜிடி பிர்லா இன்ஸ்டிட்யூட் ஆஃப் அட்வான்ஸ்ட் சயின்சஸ் நிறுவனத்தின் புரவலருமான ஷோபனா பார்தியா அவளது கரம் பற்றிக் குலுக்கினார்.

“வரலாற்றை எழுதியவர் உண்டு; அதைப் பார்க்கப் போகும் முதல் ஆள் நீ. அவ்வகையில் நீல் ஆம்ஸ்ட்ராங், எட்மண்ட் ஹிலாரி வரிசையில் நிலைப்பாய். ஆல் த பெஸ்ட், தாரா!”

“நீங்களும் உங்கள் குடும்பமும் நம் நிறுவனமும் இல்லை எனில் இது சாத்தியமில்லை.”

“நாங்களும் நிறுவனமும் கருவிகள் மட்டுமே. உங்கள் மற்றும் அணியினரின் அறிவும் அர்ப்பணிப்பும் தோல்விகளில் துவளாத விடாமுயற்சியும்தாம் இந்த இடத்துக்குக் கொண்டு வந்து நிறுத்தி இருக்கிறது. நிறுவனம் உங்களால் பெருமை கொள்கிறது.”

“உங்கள் உற்சாகச் சொற்களுக்கு நன்றி!”

தாரா தன் முதுகுப் பையிலிருந்து அதை எடுத்தாள். நான்கு டெமி சைஸ் புத்தகங்களை நெருக்கமாகப் பரப்பி வைத்த அளவில் கருப்பாகப் பளபளத்தது. சட்டெனப் பார்க்கும் எவருக்கும்

இளைத்த இன்டக்ஷன் ஸ்டவ் என்று படும். அல்லது சிறிய எல்ஈடி டிவி என.

அதன் மேல் இடது ஓரத்தில் ஜிடி பிர்லா இன்ஸ்டிட்யூட் ஆஃப் அட்வான்ஸ்ட் சயின்சஸ் முத்திரை பொறிக்கப்பட்டிருந்தது. வலது ஓரத்தில் *KALO'SMI* என்று அச்சாகி இருந்தது. அதனருகே டிஜிடல் வெண் பொடி எழுத்துக்களில் *Beta Version 1.25.786* என ஒளிர்ந்தது. பின்புறம் முழுக்க ஆப்பிள் வெண்ணிறம். அதில் '*RETURN*' என்ற பொத்தான் இருந்தது.

அது காலோஸ்மி என்ற பெயர் கொண்ட கால இயந்திரம். இப்போதைக்குக் காலத்தில் பின்னோக்கி மட்டும் போகலாம். அதிகபட்சம் 99 ஆண்டு. எந்நாளில் இருக்கிறோமோ அதே நாள், அதே நேரம் வேறு ஆண்டுக்கு நகரும். வேறு மாதம், வேறு தேதிக்குச் செல்ல முடியாது. புவி இடமும் மாறாது - காலம் மாறினாலும் எந்த இடத்தில் இருக்கிறோமோ அங்கேயேதான் இருக்கும். அதாவது காலம் (*Time*) மட்டும் நகரும், வெளி (*Space*) நகர்ச்சி இதில் சாத்தியமில்லை. அடுத்தடுத்த வெர்ஷன்களில் ஒவ்வொன்றாக இவற்றை எல்லாம் சேர்க்க உத்தேசம். ஆனால் அதற்கு இன்னும் பல ஆயிரம் கோடி ரூபாய் பணம் தேவை.

ஏற்கெனவே முப்பத்து மூன்று ஆண்டுகளில் ஐயாயிரம் கோடி ரூபாய் விழுங்கி இருந்தது அப்பரிசோதனை. எனவே அடுத்தகட்ட நிதியுதவிக்கு முன் காலோஸ்மி வெற்றிகரமாகச் செயல்படுகிறதா எனச் சோதித்துப் பார்த்து முடிவெடுக்க நினைத்தது நிர்வாகம். தவிர, அந்நாள் வரை அந்த ஆராய்ச்சியைப் பரம ரகசியமாக வைத்திருந்தார்கள். இப்போது சோதனை முடிவுகளை ஊடகங்களில் அறிவிப்பதன் மூலம் சர்வதேசிய கவனத்தைக் குவிக்கலாம். எனவேதான் ஷோபனா பார்தியா அந்த யோசனையை முன் வைத்தார்.

காலோஸ்மி பரிசோதனை பற்றி அவர்கள் மூவர் தவிர இன்னும் மூவருக்கு மட்டும்தான் மொத்த உலகிலும் தெரியும் - பாரதப் பிரதமர், மத்திய உள்துறை அமைச்சர் மற்றும் அரசின் முதன்மை அறிவியல் ஆலோசகர். அவர்களுக்குச் சொன்னது கூட சட்ட விதிகள் காரணமாகவே. அம்மாதிரி தீவிரமான அறிவியல் சோதனைகளை அரசாங்கத்துக்கு அறிவிக்காமல் செய்து விட முடியாது. குறிப்பாக நாட்டின் பாதுகாப்புக்குக்

குந்தகம் விளைவிக்கும் அல்லது அதன் எதிர்காலத்துக்குப் பாதகம் உண்டாக்கும் சாத்தியமுள்ள பரிசோதனைகள். அது சட்ட விரோதம் என்பது ஒருபுறம், அதன் பக்க விளைவுகளைக் கையாள அரசு மாதிரியான ஒரு பிரம்மாண்ட இயந்திரம் கைக்கு அருகே இருப்பது முக்கியம். எனவே ஷோபனா அவர்களுக்கு முறைப்படி அதை அறிவித்து இருந்தார்.

முடிவுகள் ஊடகத்துக்குப் போகும் முன் தன் பார்வைக்கு வர வேண்டும் என்று பிரதமர் கறாராகச் சொல்லி இருந்தார். தனியார் ஆய்வு நிறுவனம், முழுக்க சொந்த முதலீடு என்றாலும் அரசு கேட்டால் வளைந்து ஆக வேண்டும். ஷோபனா ஒப்புக் கொண்டார்.

★

காலோஸ்மியின் ஆக்கத்தை க்ரோனோ-போர்டேஷன் என்பார்கள். அந்தத் திட்டத்தின் டைரக்டர் ஈஸ்வரன். நாற்பதைத் தொட்டு நிற்கிறான் என்பது கன்னங்களில் நரைக்க ஆரம்பித்திருக்கும் ரோமங்களில் மட்டுமே தெரியும். தினமும் முகச் சவரம் செய்பவன் என்பதால் அதை வெற்றிகரமாக மறைக்க முடிந்தது. அங்கே அவனுக்கு அடுத்தபடியாக - சமயங்களில் இணையாகக் கூட - இருப்பவள் ப்ரொஜெக்டின் சீனியர் மேனேஜர் தாரா.

ஈஸ்வரனுக்கு ஐந்தாறு வருடம் பிந்திப் பிறந்தவள் தாரா. பிஎஸ்சி, எம்எஸ்சி, பிஹெச்டி எல்லாமும் இயற்பியலில். இருபத்து ஐந்து வயதில் அவள் டாக்ட்ரேட் வாங்கிய போது சுற்றமும் நட்பும் வாயைப் பிளந்து நின்றது. அம்மா திருஷ்டி கழித்து நெருப்பில் எறிந்த போது படபடவென வெடித்தது. மறு வாரம் ஜிடி பிர்லா இன்ஸ்டிட்யூட் ஆஃப் அட்வான்ஸ்ட் சயின்சஸில் ரிஸர்ச் அசோஸியேட்டாகச் சேரச் சொல்லி அழைப்பு வந்தது. அவள் அங்கு வேலைக்கு வருவதற்கு ஈராண்டுகள் முன்பிலிருந்து ஈஸ்வரன் பணியில் இருக்கிறான்.

வேலைக்குச் சேர்ந்த முதல் நாளில் இருந்து ஈஸ்வரனைப் பார்க்கிறாள். அவனைத்தான் அவளுக்குப் பட்டியாக (*Buddy*) நியமித்திருந்தார்கள். அதாவது அவளுக்கு வேலை கற்றுக் கொடுத்து, சந்தேகங்கள் நிவர்த்தி செய்து, நிறுவன வழமைகள் பழக்கி முழுமையான ஊழியர் ஆக்கவேண்டியது அவன் பொறுப்பு. விஷயங்களை விளக்கிக் கற்பிப்பதில் அவன் விற்பன்னன்,

வித்தகன். விஞ்ஞானம் என்றாலும், அதற்கு அப்பாலும் சரியான உதாரணங்கள் கொண்டு புரிய வைப்பான். தாராவுக்கு ஈஸ்வரனை ஐன்ஸ்டைனின் இரு மேற்கோள்களோடுதான் எப்போதும் பொருத்திக் கொள்ள முடியும் *“If you can’t explain it simply, you don’t understand it well enough.”* மற்றும் *“Example isn’t another way to teach, it is the only way to teach.”* முதல் நாளில் இருந்தே அவனை ஆவென்று பார்க்க ஆரம்பித்தவள் இன்னும் அதிலிருந்து இறங்கி வரவே இல்லை - இந்தப் பத்து ஆண்டுகளில் நட்பாகி, ஈர்ப்பாகி, காதலாகி என அவர்களின் உறவு என்ன உருவெடுத்தாலும் கூடியபடிதான் இருக்கிறது.

தாராவும் சளைத்தவள் அல்ல. இரு கை தட்டினால்தான் ஓசை. காதலுக்கு மட்டுமல்ல; கற்பித்தலுக்கும் பரஸ்பரம் முக்கியம். என்னதான் நல்லாசிரியர் எனினும் மாணவன் சமர்த்துதான் அவன் பெற்றுக் கொள்ளும் அளவையும் வேகத்தையும் தீர்மானிக்கிறது. தாராவுக்குக் கற்பூர புத்தி என்பதால் எளிதில், விரைந்து எல்லாம் பழகிக் கொண்டாள். எனவே துரிதப் புரிதல், துல்லியத் தீர்வு, புத்தாக்கச் சிந்தை என ஈஸ்வரனுக்கும் அவள் மீது பிரமிப்பு இருந்தது. அந்த மரியாதை சீக்கிரத்திலேயே பிரியமாகப் பரிணமித்தது. சிஷ்யை என்பதில் இருந்து சக ஊழியை ஆக சில தினங்களிலேயே மாறிப் போனாள். அடுத்து வந்த ஆண்டுகளில் சில புள்ளிகளில் அதையும் தாண்டி குருவாகிப் போனாள்.

பல சமயம் இருவரும் பேசிக் கொள்ளாமலேயே மற்றவர் என்ன சொல்ல வருகிறார் என உணர்ந்து செயல்படுமளவு பரஸ்பரம் புரிதல் இருந்தது. காலப் பயணம் தொடர்பான ஆராய்ச்சி வேலையில் எத்தனையோ கடுமையான விவாதங்களை எதிரெதிர் தரப்பில் நின்று நிகழ்த்தி இருக்கிறார்கள், ஆனால் எதிலும் தன்முனைப்பு எட்டிப் பார்த்ததில்லை. ஒருவரிடமிருந்து மற்றவர் எதைக் கற்றுக் கொள்ளலாம் என்ற நம்பிக்கையே இருக்கும்.

அதனால்தான் மனக்கிலேசம் இல்லாத காதலர்களாக அவர்களால் பல்லாண்டுகளாக இருக்க முடிந்தது. ஜாடிக்கு ஏற்ற மூடி என்பது மாதிரி அவர்களின் ஜோடி அமைந்தது.

அந்த அலுவலகத்திலும் சரி, வெளியிலும் சரி, ஈஸ்வரனை அடைய விரும்பிய பெண்கள் உண்டு. தாராவிடம் காதலைச் சொல்லி மண்டியிட்ட ஆண்கள் உண்டு. ஆனால் வெகு சீக்கிரமே அவர்கள்

எல்லோரும் தன்னை விடப் பொருத்தமான ஜோடியாக ஓர் ஆள் இருப்பதை உணர்ந்து கொண்டு வாழ்த்தி விட்டோ வசை பாடியோ தாமாக விலகினர்.

காலோஸ்மி திட்டத்தை வெற்றிகரமாக முடித்துச் சோதித்துப் பார்த்த பின் திருமணம் செய்து கொள்ளலாம் எனத் தீர்மானித்திருந்தனர். ("உட்கார்ந்து ரிஸர்ச் செய்யறதுதான் வசதி; படுத்துட்டே பண்றது சரி வராது!" என்று தாரா சொல்லி விட்டாள். "நீ வேணும்னா மேல ஏறி உட்கார்ந்துக்க, தாரா. ஈஸி!" என ஈஸ்வரன் பேசிப் பார்த்தும் நடக்கவில்லை.)

ஈஸ்வரனுக்கு முப்பத்தைந்து, தாராவுக்கு முப்பது என்றிருந்த போது எடுத்த முடிவு அது. இன்று, நாளை என இழுத்து திட்டம் இந்நிலை அடைய ஐந்தாண்டு ஆகி விட்டது. இந்தப் பரிசோதனையை முடித்துத் திரும்பியதும் ஃபிப்ரவரியில் கல்யாணம். திருமணத்தில் சாதி வேறுபாட்டை பணமும் பெண்ணின் மனோபலமும் சரி கட்டும். இரு வீட்டாரும் பேசி, திருமணம் நிச்சயம் செய்து, வீடு, அலுவலகம், சொந்தம், பந்தம், சுற்றம், நட்பு என எல்லோருக்கும் பத்திரிகை வைத்தாயிற்று. கல்யாணத்துக்கு இன்னும் பதினைந்து நாட்களே இருந்தன. இன்னும் சொல்லப் போனால் காலோஸ்மி பரிசோதனை நாளின் அடிப்படையிலேயே இரு வார இடைவெளி விட்டுக் கல்யாணத் தேதி குறித்திருந்தார்கள்.

காலப் பயணத்துக்குப் பின் ஏதும் சிறு உபாதைகள் தாராவின் உடலில் இருந்தாலும் அவற்றைச் சரி செய்து கொள்ள நடுவிலுள்ள நாட்கள் உதவும் என்பதுதான் கணக்கு.

★

ஜிடி பிர்லா இன்ஸ்டிட்யூட் ஆஃப் அட்வான்ஸ்ட் சயின்சஸ் சென்னை கிழக்கு கடற்கரைச் சாலையில் பத்து ஏக்கர் பரப்பில் அமைந்திருந்தது. வெளியிலிருந்து பார்ப்போருக்கு அது ஓர் ஆராய்ச்சிக்கூடம் என்பதே தெரியாது. சிறிய எழுத்துக்களில்தான் பெயர் பலகை இருக்கும். பலரும் அது ஏதோ ஒரு கறுப்புப் பணக்காரரின் பீச் கெஸ்ட் ஹவுஸ் என்றே எண்ணிக் கடப்பார்கள். அங்கே கிட்டத்தட்ட ஐம்பது பேர் பணியில் இருந்தார்கள். அதில் முப்பது பேருக்கு மேல் தேர்ந்த இயற்பியல் விஞ்ஞானிகள். மீத ஆட்கள் பாதுகாப்புக்கு, பராமரிப்புக்கு, நிர்வாகத்துக்கு. காலோஸ்மி தவிர மற்ற ஆய்வுகளும் அங்கு நடந்தன.

மாதம் ஒரு முறை ஷோபனா பார்தியா அங்கு வந்து போவார். ஆராய்ச்சி முன்னேற்றம் பற்றி ஈஸ்வரனும் தாராவும் விளக்குவார்கள். மேலோட்ட பவர்பாயிண்ட் ப்ரசன்டேஷன் அவருக்கு உவப்பில்லை. விரிவாக, விளக்கமாக எழுதப்பட்ட கோப்புகள் அவர் விருப்பம். அதையும் மீறினால் வீடியோக்கள், அனிமேஷன்கள் அல்லது நேரடிக் காட்சிகள். அப்படி இருந்தால்தான் என்ன நடக்கிறது என்பது துலக்கமாகப் புரிந்து துல்லியமான முடிவுகள் எடுக்க முடியும். அவருக்கென தனி அறை அங்கே இருந்தது. அதில் அவர் இருக்கைக்குப் பின் மூன்று படங்கள் தொங்கிக் கொண்டிருக்கும். இடப் புறம் ஷோபனாவின் தாத்தா ஜிடி பிர்லா, வலது பக்கம் அவரது தந்தை கேகே பிர்லா, நடுவில் மஹாத்மா காந்தி!

ஷோபனாவின் தந்தையார் காலத்தில் அந்த ஆராய்ச்சிக்கூடம் தொடங்கப்பட்ட போது அவரது அறையாக அது இருந்தது. அப்போது இரண்டு படங்கள் மட்டும் இருந்தன. அவர் எதுவென்றாலும் புகைப்படத்திலிருக்கும் காந்தி பாதம் பணிந்துதான் தொடங்குவார் என்பார்கள். அது தன் தந்தையிடமிருந்து - அதாவது ஷோபனாவின் தாத்தாவிடமிருந்து - அவருக்கு வந்த பழக்கம். ஜிடி பிர்லா காந்தியோடு நேரடியாகப் பழகியவர். சொல்லப் போனால் காந்திக்கு நண்பராக விளங்கியவர். காந்தி இறுதி நாட்களில் புது தில்லியில் இருந்த பிர்லா இல்லம் அவருக்குச் சொந்தமானதே. அதுதான் இப்போது காந்தி ஸ்மிருதி. அதனால்தான் தங்கு தடையின்றி உரிமையாக அங்கே சோதனைக்கு இறங்க முடிந்தது.

எட்டு மாதங்கள் முன் எல்லாம் தயார் என்று சொல்லி ஈஸ்வரனும், தாராவும் ஷோபனா பார்தியாவைச் சந்தித்துச் சொன்ன போது மிக உற்சாகமாகி அதைப் பெரிய அளவில் பரிசோதனை செய்து பார்த்து விட்டு ஊடகங்களில் அறிவிப்பு வெளியிடலாம் என்றார்.

இப்போது உயிருடன் இல்லாத ஒரு பேராளுமையின் காலத்துக்குப் போய் அவருடன் ஒரு செல்ஃபி எடுத்துப் போடுவது என்பதுதான் அத்திட்டம். கேட்டதும் விஞ்ஞான மூளைக்கும் வியாபார மூளைக்குமான வித்தியாசத்தை உணர்ந்து வியந்தனர் ஈஸ்வரனும் தாராவும்.

மிக இயல்பாகவே மஹாத்மா காந்தி பெயர்தான் முதலில் வந்தது. பிர்லா குடும்பத்துக்கு நெருக்கமானவர் என்ற வகையில் அது ஷோபனாவுக்கும் உவப்பான தேர்வாக இருந்தது. நேதாஜியின் மரண மர்மம் காரணமாக அவரையும் பரிசீலித்தார்கள். நேரு, அம்பேத்கர், பெரியார், அன்னை தெரசா, இந்திரா காந்தியின் பெயர்களும் விவாதத்தில் அடிபட்டன.

ஈஸ்வரன் ஐன்ஸ்டைனின் பெயர் சொன்னான். வீட்டில் தன் அறையில் அவன் மாட்டி வைத்திருக்கும் ஒரே படம் ஐன்ஸ்டைனுடையது. தன் இயலின் பிதாமகரைச் சந்திப்பது என்பது ஒரு கலவி உச்சத்தை விடவும் உற்சாகமானது. அதுவும் தான் கண்டு சொன்ன பொதுச் சார்பியல் தத்துவம் காலப் பயணத்தின் சாத்தியத்தைத் திறந்து வைத்திருப்பது குறித்து அவர் தன் வாழ்வின் பிற்பகுதியில் சங்கடமாகவே உணர்ந்தார். அவரது சிறப்புச் சார்பியல் தத்துவம் சில ஆண்டுகளுக்கு முன் ஹிரோஷிமாவிலும் நாகாசாகியிலும் அணு குண்டுகளாக வெடித்துக் கொத்துக் கொத்தாக மக்களைக் கொன்றிருந்தன. அவர் மரிப்பதற்குச் சில மணி நேரம் முன் விட்டுச் சென்ற அலங்கோலமான அவரது பணி மேசையின் கறுப்பு வெள்ளைப் புகைப்படம் வரலாற்றில் பதிவாகி இருக்கிறது. தனது இறுதிக் கணங்களில் ஐன்ஸ்டைன் என்ன நினைத்தார், அவரது முகம் எப்படி இருந்தது என்று பார்க்க வேண்டும், அதைப் படமெடுக்க வேண்டும் என ஈஸ்வரன் விரும்பினான். அதிலிருந்தது நிறைவா, பெருமிதமா, குற்றவுணர்வா, அமைதியா என அறிய வேண்டும்.

சாவு பற்றிக் கேட்டதும் 99 ஆண்டு என்ற வரையறையை விரிவாக்க முடிந்தால் ஆதித்த கரிகாலன் கொலையுண்டதைப் பார்ப்பதே தனது தேர்வாக இருக்கும் என்றாள் தாரா.

ஆனால் காந்திதான் இறுதியில் ஜெயித்தார். ஈஸ்வரனின் முன்மொழிவிலிருந்து இறுதிக் கணம் என்பதை மட்டும் எடுத்துக் கொண்டு காந்தியின் மரணத்துக்கு முன் அவரோடு செல்ஃபி என்று தாரா யோசனை சொல்ல, ஷோபனாவுக்கும் அது பிடித்துப் போனது. டைம் இதழில் 20ம் நூற்றாண்டின் மனிதர் என்ற தேர்வில் ஐன்ஸ்டைனிடம் காந்தியார் தோற்றதற்குச் சிறந்த பழிவாங்கலாக அது அமையும் என்று அவருக்குத் தோன்றியது.

ஈஸ்வரனுக்கும் அத்தருணம் ஐன்ஸ்டைனின் இறுதி நிமிடங்களை விட முக்கியத்துவம் வாய்ந்தது எனச் சமாதானம் ஆனான்.

தவிர இரு பெண்கள் ஒரு மனதாக முடிவெடுத்த பின் அதில் ஆண் மறுக்க ஏதுமில்லை. எனவே, அவனும் அதனை ஏற்றுக் கொண்டான்.

காந்திக்கு நேர் எதிர் அரசியல் செய்யும் இன்றைய பிரதமர் ஆட்சேபம் தெரிவிப்பாரோ எனத் தாரா கவலைப்பட்டாள். அந்தப் பிம்பத்தை மாற்றவே பரிசோதனை வென்றதும் இத்திட்டத்தில் தானும் பங்குதாரர் போல் காட்டிக் கொள்வார் பார் என்றான் ஈஸ்வரன்.

முயல் குட்டி போன்ற தாரா அதற்குப் பரிசோதனை எலியாகத் தேர்ந்தெடுக்கப்பட்டாள். அவள் காந்தி இறந்த நாளுக்குப் போய் அவர் கோட்ஸேவால் சுடப்படும் முன் காந்திக்கு அருகே நின்று ஒரு செல்ஃபி எடுத்துக் கொண்டு வந்து விட வேண்டும் என்பதே இலக்கு.

ஷோபனாவுக்கு விஷயத்தைச் சொல்லும் முன்பே சிறிய அளவிலான சோதனைகளை காலோஸ்மியில் செய்து பார்த்திருந்தனர். முன்பெல்லாம் நாயையோ பூனையையோ இம்மாதிரி பரிசோதனைகளில் பயன்படுத்துவார்கள். இப்போது முன்னேறி விட்டோம்.

நாய் உருவம் கொண்ட ஒரு சிறிய ரோபோவை அனுப்பி வைத்தனர். எளிய நடமாட்டம் கொண்டது அது. அதன் கண்களில் கேமெரா இருந்தது. காலோஸ்மியின் கருப்புப் புறம் நுழைந்து வெண் பக்கத்தில் வெளியேறும். அங்கே சில புகைப்படங்கள் எடுக்கும், பின் வெண் புறத்தில் நுழைந்து கருப்புப் பக்கத்தில் வெளியேறிடும். அதன் மெமரி கார்டில் சேகரமாகியிருந்த புகைப்படங்கள் அந்த இடம் பழைய காலத்தில் இருந்த விதத்தைப் பிரதிபலித்தன. அதைப் பல இடங்களில், பல ஆண்டுகளுக்கு முன் போய் சோதித்தனர்.

பிறகு ஈஸ்வரனும் தாராவும் நேரடியாகத் தாமே சென்ற ஆண்டுக்குப் போவது, மூன்று வருடத்துக்கு முன் போவது எனச் சில முயற்சிகள் செய்து பார்த்தனர். நிரூபணத்துக்குச் செல்பேசியில் சில படங்கள் எடுத்தனர். எனவே இருவருக்கும் காலப் பயணம் புதிதல்ல.

ஆனால் 77 ஆண்டுகள் பின்னோக்கிப் போவது என்பது இதுவரை செய்ததில்லை. எனவே ஈஸ்வரனுக்கு அவளை அதில் ஈடுபடுத்தத்

தயக்கம் இருந்தது. அதற்கு முன்பாகத் தானே அதைப் பிரதி செய்து முழுமையான காலப் பயணம் செய்து பார்க்கத் தீர்மானித்தான்.

★

கேகே பிர்லா காலம் வரை அந்நிறுவனத்தில் காலப் பயண ஆராய்ச்சிக்கு 'ப்ரொஜெக்ட் சிடிசி' என்றுதான் பொதுவாகப் பெயரிட்டிருந்தார்கள். அதாவது CTC - Closed Timelike Curve.

காலம் - வெளி நாற்பரிமாணத்தில் CTC என்ற மூடிய சுழற்பாதைகளைக் கண்டறிவது அல்லது உருவாக்குவதே காலப் பயணம் மேற்கொள்ள வழி. ஷோபனா வந்த போது அத்தகு வறட்டுத் தொழில்நுட்பப் பெயர்களை விரும்பாமல் இந்திய அறிவியல் உலக வழக்கப்படி இந்து ஆன்மிகத் தளத்திலிருந்து அதற்கு ஒரு பெயர் வைக்க முற்பட்டார்.

அப்போது அவர் கண்ணில் சிக்கியதுதான் பகவத் கீதையின் 11வது அத்தியாயத்தின் 32ம் ஸ்லோகத்தில் வரும் "நானே காலம்" என்று கிருஷ்ணர் சொல்லும் காலோஸ்மி என்ற வரி. ஆனால் அவ்வரியில் அதற்கடுத்து வரும் சொற்களை ஷோபனா கவனிக்கவில்லை.

காலப் பயணம் நிகழ CTC-கள் அவசியம். கடக்கக்கூடிய புழுத்துளை (Traversable Wormhole) என்பது அதில் ஒன்று. டிப்லர் சிலிண்டர் இன்னொன்று. இப்படிப் பல சாத்தியங்களுண்டு.

காலோஸ்மி என்ற அந்தக் கருவி புழுத்துளை ஒன்றைச் செயற்கையாக, தற்காலிகமாக உருவாக்கி அதன் மூலம் செயல்படுகிறது. எந்த ஆண்டு என்று அதில் உள்ளீடு செய்ததும் அடுத்த சில நிமிடங்களில் அது ஒரு புழுத்துளையை உண்டாக்கும். அதன் ஒரு முனை நடப்புக் கணத்திலும் மறுமுனை உள்ளிடப்பட்ட அக்கடந்த கால வருடத்திலும் இருக்கும்.

இப்போதைக்கு அந்த இயந்திரம் பூமியில் நூறு கிலோகிராம் எடை கொண்ட பொருளை நிகழ் காலத்திலிருந்து கடந்த காலத்துக்கு எடுத்துப் போக வல்லது. எனவே உத்தேசமாக ஒரு மனிதனைக் காலப் பயணம் எடுத்துப் போக அதனால் முடியும். அதிகபட்சம் ஒரு மணி நேரம் அதன் ஆயுள். அதற்குள் இறந்த காலத்தின் மறுமுனையில் நுழைந்து இந்த முனைக்கு வந்தால் நிகழ் காலம்! அவ்வளவுதான் அதன் மேலோட்டச் செயல்முறை.

அப்படி வருகையில், போக, வர ஆகும் பயண நேரம், கடந்த காலத்தில் தங்கிய காலம் - இந்த அளவு மட்டுமே நிகழ்காலத்தில் நகர்ந்திருக்க வேண்டும். தவிர, புழுத் துளையில் போகும் போதும், திரும்பும் போதும், காலச் சுருக்கம் *(Time Dilation)* ஏதும் நிகழக்கூடாது. நிகழ்ந்தால் பயணியின் வயதில் குழப்பம் உண்டாகும். இதெல்லாம் சரியாக இருந்தது.

ஆனால் சூட்சமம் அதில் கடந்த காலத்திற்குப் போய் அவர்களால் என்ன செய்ய முடியும் என்பதில் இருக்கிறது. முதலில் புழுத்துளை வழி பயணிப்பவர் பாதுகாப்பாகப் போய்ச் சேர முடிய வேண்டும். முடிந்தது. அப்புறம் போகிறவரின் சிந்தனை, ஞாபகம் எல்லாம் சிதைவுறாமல் இருக்க வேண்டும். இருந்தன. அடுத்து கடந்த காலத்தில் நடப்பனவற்றை பார்க்கவும், கேட்கவும், நுகரவும், ருசிக்கவும், உணரவும் இயல வேண்டும். இயன்றன.

அதற்கு அடுத்து, போகிறவரைக் கடந்த காலத்தில் இருப்பவர்கள் பார்க்கவும், கேட்கவும் முடிய வேண்டும். அது நடக்கவில்லை. அப்படி ஒருவர் அந்தச் சூழலில் இருப்பதையே அவர்களால் உணர முடியவில்லை. அமானுஷ்யப் படங்களில் பேய் எவர் கண்களுக்கும் தெரியாமல் இருப்பது போல்தான் போய் வர முடிந்தது. கடைசியாக, கடந்த காலத்தில் இருக்கும் பொருட்களை நகர்த்துவது உள்ளிட்ட விஷயங்களைக் காலப் பயணியால் செய்ய இயல வேண்டும். அதுவும் முடியவில்லை. சுருங்கச் சொன்னால் காலோஸ்மி வழியே இறந்த காலத்துக்கு சென்றால் அங்கே வேடிக்கை மட்டுமே பார்க்க முடிந்தது.

அவர்களுக்குக் காலப் பிரயாணத்தின் எல்லைகள் பிடிபடவே கொஞ்ச காலம் பிடித்தது. கடந்த நான்காண்டுகள் இந்த விளிம்புகள் தொடர்பான ஆராய்ச்சியில்தான் கழிந்தன.

அவர்களின் ஆய்வுக்கூடத்தில் ஆறு மாதத்துக்கு முன் பழைய சிசிடிவி கேமெராக்களை நீக்கி விட்டு சக்தி வாய்ந்த புதிய கேமெராக்கள் நிறுவி இருந்தார்கள். இரண்டாண்டுகள் சிசிடிவி பேக்கப் எடுப்பது அவர்கள் வழக்கம். காலோஸ்மியை சிசிடிவி கேமெரா இருந்த ஓர் இடத்தில் கொண்டு போய் வைத்து ஓராண்டு பின்னோக்கிப் போய் காலப் பயணம் செய்தனர். நாய் ரோபாவின் கேமெராவில் பழைய சிசிடிவி மாடல் பதிவாகி இருந்தது. ஆனால் ஓராண்டு முந்தைய அதே நாளின் சிசிடிவி

பேக்கப்களை ஓட்டிப் பார்த்த போது அதில் ரோபோ நாய் வந்து போவது பற்றி ஒரு தடயமும் இருக்கவில்லை. எனவே கடந்த காலத்தில் இருப்பவர்கள் காலப் பயணிகளைப் பார்க்க முடியாது என்பது உறுதியானது.

காலப் பயணத்தில் இரண்டு விஷயங்கள் செய்யலாம். எதையும் தொந்தரவு செய்யாமல் வேடிக்கை பார்ப்பது ஒன்று. மற்றது கடந்த காலத்தில் நடந்த விஷயங்களை மாற்றுவது. முதலாவதில் அறிதல் மட்டுமே நோக்கம். அதாவது நாம் அறியாத ரகசியங்களை அந்தக் கணத்துக்கே போய் தெரிந்து தெளிந்து கொள்ளலாம். உதாரணமாக திருட்டு மாதிரி ஒரு குற்றத்தை யார் செய்தது எனக் கண்டுபிடிக்கலாம். இது சிக்கல் இல்லாதது. வரலாற்றை மாற்றாது. மாறாக, இரண்டாவது விஷயம் *Causality* என்ற காரண காரியத் தொடர்பைக் குழப்பி விடும். அதனால் பார தூர விளைவுகள் உண்டாகும். வரலாற்றைக் குலைக்கும்.

உதாரணமாகச் சில மாதம் முன் கை தவறிக் கீழே விழுந்து உடைந்த ஒரு கண்ணாடிப் பொருளைக் காலப் பயணத்தில் சம்பவம் நடந்த நாளுக்குச் சென்று, கீழே விழும் முன்பு பிடித்துக் காப்பாற்றி விடலாம். சில வருடம் முன் நெடுஞ்சாலையில் இருந்த பெரிய கல் ஒன்றில் அதிவேகமாக வந்த கார் ஏறித் தூக்கி எறியப்பட்டுக் குட்டிக்கரணம் அடித்ததில் கால் முறிந்து ஆயுள் முழுக்கப் படுக்கையில் இருக்கும்படியாக ஆகி விட்ட ஒருவரைச் சரியாக அதே தேதிக்குப் போய்ச் சாலையில் இருந்த அக்கல்லை அப்புறப்படுத்துவதன் மூலம் காப்பாற்றி இப்போது உடலில் சிறிய கீறல் கூட இல்லாமல் நடமாட வைக்கலாம்.

இவற்றைப் பெரிய சம்பவங்களுக்கு நீட்டித்துப் பார்த்தால் தேசத்தின் அல்லது உலகின் சரித்திரத்தையே கூட மாற்றி விட முடியும். உதாரணமாக காலப் பயணம் செய்து போய் நாஜி முகாம்கள் அமைக்கும் முன், இரண்டாம் உலகப் போரைத் தொடங்குவதற்கு முன் ஹிட்லரைக் கொன்று விட்டால்? பல நாடுகளின் வரலாறே மாறிப் போய் விடுமல்லவா!

இப்படி ஒவ்வொருவரும் காலப் பயணம் செய்து வரலாற்றைச் சிதைக்க ஆரம்பித்தால்? எத்தனை வித மாற்று வரலாறுகள் கிளை பிரியும்! அவை ஒன்றுடன் ஒன்று முரண்படும்.

எல்லாவற்றையும் விட மோசமான சூழல் ஒருவர் காலத்தில் பின்னோக்கிப் போய் தனது சொந்தத் தாத்தாவைக் கொன்று விட்டால் அவருக்குப் பிள்ளை பிறக்காது, எனில் காலப் பயணம் செய்பவரே பிறக்க முடியாது, பிறகு எப்படி அவர் காலத்தில் பயணம் செய்து போய்த் தாத்தாவைக் கொல்ல முடியும்? குழப்பமான முரண்நிலை. *Grandfather Paradox!*

முப்பது ஆண்டுகள் முன்பு ஸ்டீஃபன் ஹாக்கிங் தன் ஆய்வுக் கட்டுரை ஒன்றில் காலப் பயணம் சாத்தியமில்லை என்று சொல்லி *Chronology Protection Conjecture* சித்தாந்தத்தை முன் வைத்தார். அதாவது இயற்பியல் விதிகள் காலப் பயணத்தைத் தடுக்கும். வரலாறு மாறி விடும் ஆபத்து இருப்பதால் காலப் பயணத்துக்கான சாத்தியம் கொண்ட *CTC*-கள் உருவாவதைப் பிரபஞ்சம் எப்படியேனும் தடுத்து விடும். வரலாறு ஒரு போதும் மாறாது. அதனை ஒட்டிக் கதை எழுதியவர்கள் காலப் பயணத்துக்கான வழிகளை நெருங்கும் விஞ்ஞானிகளைப் பிரபஞ்சம் கொல்லுமளவு போகும் என்றெல்லாம் புனைந்தார்கள்.

காலோஸ்மி வெற்றிகரமாக அதை உடைத்தது. ஈஸ்வரனும் தாராவும் வெற்றிகரமாகக் காலத்தில் பின்னோக்கிப் போய் விட்டு நிகழ் காலத்துக்கு முழுதாகத் திரும்ப முடிந்தது.

எனில் வரலாற்றை மாற்ற முடியுமா? இல்லை. இங்கு வேறொரு விதி வென்றது. இகோர் டிமிட்ரியெவிச் நோவிகோவ் என்ற ரஷ்ய விஞ்ஞானி சொன்ன *Self-consistency Principle!*

அதாவது கடந்த காலத்தை மாற்றக்கூடிய செயல் ஏதும் இருந்தால் அது நடப்பதற்குரிய நிகழ் தகவு பூஜ்யம் என்கிறது இந்தக் கருதுகோள். எனவே காலப் பயணம் செய்தாலும் ஒருவரால் வரலாற்றை மாற்றக்கூடிய எந்த வேலையையும் செய்ய முடியாது. பிரபஞ்சம் அந்தச் செயல்களை ஒடுக்கி விடும் - அதன் நோக்கம் வரலாறு சுத்தமாகக் குழப்பமற்று இருக்க வேண்டும் என்பதே. ஆனால் ஹாக்கிங் சொன்னது போல் காலப் பயணத்தைத் தடுப்பதன் மூலமாக அல்லாமல் காலப் பயணத்தை அனுமதித்து விட்டு, வரலாற்றைத் திருத்த வல்ல செயல்களை மட்டும் தடுத்து விடுகிறது என்பது நோவிகோவின் கட்சி.

ஈஸ்வரனுக்கும் தாராவுக்கும் கடந்த காலப் பயணத்தின் போது அங்கிருப்போர் தம்மை உணர முடியாது இருப்பதும், தாம் கடந்த

காலத்தில் பொருட்களை அசைக்க முடியாமல் இருப்பதற்கும் காரணம் இதுதான் என்பது புரிந்தது. பிரபஞ்சத்தின் வடிவமைப்பு மற்றும் இயங்கு விதிகள் குறித்த வியப்பை இரவெல்லாம் விவாதித்தபடி இருந்திருக்கிறார்கள்!

காலோஸ்மி வழி கடந்த காலம் செல்லும் ஒரு பயணியால் அதிகபட்சம் செய்ய முடிந்தது செல்பேசிக் கேமெரா வழி அங்கு நடப்பனவற்றைத் தெளிவாகப் படமெடுக்க முடிந்தது.

அதைப் புரிந்து கொண்டதால்தான் 'காந்தியுடன் ஒரு செல்ஃபி' சேலஞ்ச் உருவானது!

★

ஆறு ஆண்டு முன் ஸ்டீஃபன் ஹாக்கிங் செத்துப் போனார். அன்றைய தேதியில் உலகின் முதன்மையான இயற்பியலாளர். அதிலிருந்து ஒன்பது வருடம் முன்பாக, ஜூன் 6, 2009 அன்று அவர் ஒரு பார்ட்டி நடத்தினார். காலப் பயணிகளுக்கான பிரத்யேக விருந்து அது. பலூன்கள், ஷாம்பெய்ன்கள், சிற்றுண்டிகள் என அமர்க்களப்பட்டது. ஆனால் விஷயம் என்னவெனில் அந்தப் பார்ட்டிக்கு அழைக்கும் அறிவிப்பை அந்நிகழ்வு நடந்து முடிந்த பிறகே வெளியிட்டார். நாள், நேரம், இடம் பற்றிய குறிப்புகள் அதில் இருந்தன. அந்த அழைப்பிதழ் பத்திரமாக எதிர்காலத்தில் இருக்கும் எனக் கொண்டால் காலப் பயணம் சாத்தியமாகும் போது யாராவது அந்தப் பார்ட்டிக்கு வர வேண்டும். அப்படி யாருமே வர வில்லை என்று சொல்லி அதனால் காலப் பயணம் சாத்தியம் இல்லை என அறிவித்தார்.

காலோஸ்மியில் தாராவை காந்தியைப் பார்க்க அனுப்பும் முன் ஒரு பரிசோதனையாக ஹாக்கிங்கின் டைம் ட்ராவலர் பார்ட்டிக்குச் சென்று வர முடிவு செய்தான் ஈஸ்வரன்.

அவன் அதைப் பற்றி முதல் முறை கேள்விப்பட்ட போதே பார்ட்டி நடந்து முடிந்திருந்தது. அப்போது விளையாட்டாக நினைத்துக் கொண்டான். என்றேனும் தான் காலப் பயணம் செய்வது சாத்தியப்பட்டால் நிச்சயம் அந்தப் பார்ட்டிக்குப் போக வேண்டும் என. ஆனால் அது இப்படி நிஜமாக நடந்தேறும் எனக் கனவிலும் எண்ணியது இல்லை. கணக்கிட்டான்.

அன்றிலிருந்து பதினைந்து ஆண்டுகள் பின்னோக்கிச் செல்ல வேண்டும். அதற்கு முன் இங்கிலாந்து செல்ல வேண்டும். பார்ட்டி நடந்தது... இல்லை, நடக்கவிருப்பது கேம்ப்ரிட்ஜ் பல்கலைக்கழகத்தில். லண்டனிலிருந்து 55 மைல்கள் வடக்கே அமைந்திருக்கும் நகரம்.

உடன் வருவேன் என அடம் பிடித்த தாராவுக்கு நீண்ட உதட்டு முத்தம் தந்து சமாதானம் செய்து ஈஸ்வரன் விமானம் ஏறினான். சென்னையிலிருந்து லண்டனுக்கு ப்ரிட்டிஷ் ஏர்வேஸின் நான்-ஸ்டாப் ஃப்ளைட். அங்கிருந்து ரயிலில் கேம்ப்ரிட்ஜ். மஹா பிரயாணக் களைப்பில் முந்தைய நாள் இரவு விடுதியில் போய் விழுந்ததும் உறங்கிப் போனான்.

மறுநாள் காலை தாமதமாக எழுந்து அவசரமாகக் கிளம்பி ட்ரினிட்டி ஸ்ட்ரீட் அடைந்து, கேம்ப்ரிட்ஜ் பல்கலைக்கழகம் புகுந்தான். அங்கு கோன்வில் அண்ட் கேயஸ் காலேஜில் பார்ட்டி. அழைப்பிதழில் இடத்தின் அட்ச ரேகை, தீர்க்க ரேகை விவரங்களும் ஹாக்கிங் குறிப்பிட்டிருந்ததால் கூகுள் மேப்ஸில் அதை உள்ளிட்டு அதன் வழிகாட்டலில் எளிதில் அவ்விடத்தை அடைந்தான் ஈஸ்வரன். அங்கே எதிர்பட்ட ஒரு முதிர்ந்த வெள்ளையரிடம் - அனேகமாக அங்கே அவர் பேராசிரியராக இருக்க வேண்டும் - வாய் தவறி ஸ்டீஃபன் ஹாக்கிங் என்று விசாரிக்க, அவர் வினோதமாக அவனைப் பார்த்தார். ஆறு வருடங்கள் முன் செத்துப் போனவரைக் கேட்டதன் அதிர்ச்சி நீங்காமல் அவனுக்கு வழி காட்டினார்.

மேய்ச்சல் நிலங்கள் போன்ற பச்சைப் போர்வை படர்ந்த பல்கலைக்கழக வளாகத்தில் அவ்வளவு நேரம் நடந்ததில் மணி நண்பகலைக் கடந்திருந்தது. அழைப்பிதழின் படி பார்ட்டி 12 மணிக்குத் தொடங்கி இருக்கும். ஈஸ்வரன் அவசரமாக முதுகுப் பையில் இருந்த காலோஸ்மியை எடுத்துத் தரையில் நிறுத்தி இயக்கி, பதினைந்து ஆண்டுகள் பின்னோக்கிப் போகப் பணித்தான். கருவி தயாராகி அழைத்ததும் கருப்புப் புறமாக 2024ம் ஆண்டில் உள்ளே புகுந்தான். கால் நிமிடத்தில் வெண்பக்கமாக 2009ல் வெளியே வந்தான். பல்கலைக்கழகம் பதினைந்து ஆண்டு முன் இன்னும் பசுமை அடர்ந்திருந்தது.

பார்ட்டி ஹாலில் நுழைந்தான் ஈஸ்வரன். நீலச் சட்டை, கருப்பு கோட்டுடன் மோட்டரால் இயங்கும் தன் பிரத்யேக சக்கர நாற்காலியில் அமர்ந்திருந்தார் ஸ்டீஃபன் ஹாக்கிங்.

உடனே அவரது பாதம் பணிய ஈஸ்வரனின் கிழக்கத்திய உடல் பரபரத்தது. தன்னைக் கட்டுப்படுத்திக் கொண்டான். அவர் கழுத்தை வலது தோள்பட்டைப் பக்கம் சாய்த்தபடி இருந்தார், புகைப்படங்களில், அசைபடங்களில் காண்பதிலிருந்து பெரிய வித்தியாசம் இல்லை. அதே கோணல் உதடுகள், சற்றே துருத்திய கீழ் வரிசைப் பற்கள், நீலக் கண்கள், செவ்வகக் கண்ணாடி, அதன் வலது புறத்தில் அவரது கன்னத் தசை அசைவை உணரும் சென்ஸார் கொம்பு, படிய வாரப்பட்ட சிகை. அந்த எளிமையில் ஒரு தேஜஸ் மிளிர்ந்தது.

அவரது கால்கள் செயல்படாது, கைகள் செயல்படாது, வாய் பேச முடியாது. தன் கன்னத் தசை அசைவின் மூலமே தான் சொல்ல விரும்புவதை எழுத்தாக மாற்றுகிறார். ஒரு நிமிடத்துக்கு ஒரு வார்த்தை என்ற வேகம் இப்போதைக்குச் சாத்தியப்பட்டிருக்கிறது.

அவரது நோய்க்கு குழாய் போட்டு நேராக வயிற்றுக்குள்தான் திரவ உணவு செலுத்த வேண்டும். ஆனால் அவருக்கு மூன்று செவிலிகள் சுழற்சி முறையில் 24 மணி நேரமும் உணவு ஊட்டினார்கள், நீர்மங்கள் பருகச் செய்தார்கள். என்ன ஒன்று அதைப் பார்க்க கொஞ்சம் வன்முறையாக இருக்கும். வாயில் வைத்துத் திணிக்க வேண்டியிருக்கும்.

ஈஸ்வரன் நிதானமாக அவரருகே வந்து வணங்கி நின்றான். பிறகு சுற்றிப் பார்த்தான்.

அந்த விஸ்தாரமான அறையில் காற்றைக் கர்ப்பம் தரித்த ஏராள பலூன்கள் வெவ்வேறு நிறங்களில் தொங்கிக் கொண்டிருந்தன. நடுநாயகமாக இடப்பட்ட பெரிய மேசையில் சீல் உடைக்கப்படாத உயர் ரக ஷாம்பெய்ன் போத்தல்கள். அவற்றின் அருகே சுற்றளவு குறைந்த, உயரம் நீண்டிருந்த நிறைய காலிக் கண்ணாடிக் கோப்பைகள். சற்று தள்ளி மேசையின் மறுபுறத்தில் சைவம், அசைவம், இனிப்பு, காரம் என விதவித மேற்கத்தியச் சிற்றுண்டிகள். ஆங்காங்கே தள்ளித் தள்ளி சில நாற்காலிகளும் போடப்பட்டிருந்தன.

ஈஸ்வரன் அறையில் ஓர் ஓரமாகப் போய் நின்று கொண்டான். ஹாக்கிங்கால் அவனது வருகையையோ இருப்பையோ உணர முடியவில்லை. மௌனமாகக் காத்திருந்தார். அவரிடம் பெரிய அசைவுகள் இல்லை. பத்து நிமிடம், இருபது நிமிடம். அவரது செவிலி எட்டிப் பார்த்து ஏதும் உதவி வேண்டுமா என்றார். ஹாக்கிங் வேண்டாம் எனத் தலை ஆட்ட, வெளியேறினார். முப்பது நிமிடம், நாற்பது நிமிடம். அவர் சக்கர நாற்காலியில் அறையின் மறுகோடியில் இருந்த கழிவறைக்குப் போய் வந்தார். ஐம்பது நிமிடம்...

எவரும் வரவில்லை. ஹாக்கிங் தன் சக்கர நாற்காலியை இயக்கி மேசையை நோக்கி மெல்ல நகர்ந்தார். செவிலியை அழைத்தார். அவர் எழுதிய சொற்களை நாற்காலியுடன் இணைந்த திரை குரல் கட்டளையாக மாற்றியது: *"I like simple experiments and champagne."*

செவிலி புன்னகையுடன் ஒரு ஷாம்பெய்ன் பாட்டிலை எடுத்து உடைத்து கண்ணாடிக் கோப்பை ஒன்றைத் தேர்ந்தெடுத்து அதன் வாயின் அருகே பட்டும் படாமல் வைத்துக் கவிழ்த்தாள். முக்கால்வாசி நிரம்பியதும் எடுத்து குழந்தைக்குப் புகட்டுவது போல் ஹாக்கிங்கின் வாய்க்கருகே கொண்டு போனார் செவிலி. கன்னத் தசை அசைந்தது.

"டு ஆல் டைம் ட்ராவலர்ஸ் அவுட் தேர்... ச்சியர்ஸ்!"

"ச்சியர்ஸ், ஸார்."

ஈஸ்வரன் உரத்துச் சொன்னான் உற்சாகமாக. ஆனால் அந்தக் குரல் ஹாக்கிங்குக்கு எட்டவில்லை. அவர் ஷாம்பெய்னை ஒரு மிடறு ரசித்துப் பருகினார். அவரது முகத்தில் மகத்தான நிம்மதி படர்ந்தது. ஈஸ்வரன் தன் இடத்திலிருந்தபடி அவரது முக பாவத்தைச் செல்பேசியில் சிறை பிடித்தான். ஸ்டீஃபன் ஹாக்கிங் தன் உதவியாளரை அழைத்தார்.

அவர் கன்னத் தசை கொண்டு உள்ளிட்டவை குரலாக உருமாறி அறையில் ஒலித்தது -

"இந்த டைம் ட்ராவலர் பார்ட்டிக்கு ஓர் அழைப்பிதழ் தயார் செய்ய வேண்டும். இன்றைய நாள், 12 மணி யுடி, கல்லூரி

பெயர், லொகேஷன் கோ-ஆர்டினேட்ஸ் இருக்க வேண்டும். நாளை காலைக்குள் கிடைத்தால் நல்லது. அவற்றைக் கல்லூரியில் எல்லோருக்கும் விநியோகம் செய். அப்படியே செய்தித் தாள்கள், தொலைக்காட்சிகளுக்கு இது குறித்து செய்தி அனுப்ப வேண்டும். இச்சிறிய பரிசோதனை மூலம் காலப் பயணம் சாத்தியம் இல்லை என நிரூபணம் ஆகிறது என ப்ரொஃபஸர் ஸ்டீஃபன் ஹாக்கிங் அறிவிப்பதாக."

ஈஸ்வரன் முகத்தில் ஒரு புன்னகை அரும்பியது. உதவியாளர் கிளம்பினார். ஹாக்கிங் சற்று நேரம் அமைதியாக அப்படியே தலை குனிந்து அமர்ந்திருந்தார். பிறகு மெல்லச் சக்கர நாற்காலியை இயக்கி அறையின் பிரதான வாயில் நோக்கி நகர ஆரம்பித்தார்.

ஈஸ்வரனை வெறுமை சூழ்ந்தது. அவன் நின்றிருந்த இடத்தின் பக்கவாட்டுச் சுவரில் சன்னல் வைக்கப்பட்டு அதில் உப்பிய வினோதக் கண்ணாடியைப் பதித்திருந்தார்கள். அதன் வழியே அறையில் கட்டப்பட்டிருந்த பலூன்கள் தெரிந்தன. அதிலொரு பலூனை வெறித்துப் பார்த்தான் ஈஸ்வரன். அவன் மனம் என்னன்னவோ யோசனைகள் செய்தது.

அப்போது அந்தப் பலூன் வெடித்தது. ஈஸ்வரன் திடுக்கிட்டான். ஹாக்கிங் சட்டென ஒரு கணம் தன் நாற்காலியை நிறுத்தி, அதைத் திருப்பி, பலூன் வெடித்த திசையை உற்றுப் பார்த்தார். "ஹூ இஸ் தட்?" என்றார். ஈஸ்வரன் கைகள் கட்டி நின்றிருந்தான். ஹாக்கிங் பெருமூச்சு விட்டுச் சக்கர நாற்காலியை மறுபடி திருப்பி அங்கிருந்து வெளியேறினார்.

ஈஸ்வரன் தன் கைக்கடிகாரம் பார்த்தான். வந்த புழுத் துளையின் ஆயுள் இன்னும் ஐந்து நிமிடங்கள்தாம். பலூன் வெடித்த இடத்திற்கு அவசரமாக நடந்து அதைப் பார்வையால் ஆராய்ந்தான். சூடு பட்டு வெடித்த தடம் தென்பட்டது. குழப்பமானான். திரும்பத் தான் நின்ற இடத்துக்கு வந்து அந்தக் கண்ணாடியை ஆராய்ந்தான். அது ஒரு குவி வில்லை.

யோசனையாக அங்கிருந்து வெளியேறி பையிலிருந்து காலோஸ்மி யைத் தரையில் நிறுத்தி அதன் வெண் புறம் வழியே நுழைந்தான். கருப்புப் பக்கம் வெளியேறினான். 2024ம் ஆண்டு அவனை வரவேற்றது. அங்கிருந்து நடந்து வெளியே வந்தான். முன்பு

ஹாக்கிங் பற்றி அவன் விசாரித்த பேராசிரியர் எதிர்பட்டார். நக்கலாகக் கேட்டார் -

“ஹாக்கிங்கைச் சந்தித்தீர்களா?”

“ஆம்.”

“என்ன சொன்னார்?”

“God does play dice with the universe.”

அந்தப் பேராசிரியர் ஈஸ்வரனை ஆழமாகப் பார்த்தார். அவன் அவசரமாக நகர்ந்தான்.

★

காந்தி ஸ்மிருதியில் ஜனவரி இளமாலைக் குளிர் ஜிகிர்தண்டா இதத்துடன் இருந்தது.

தாரா தன் இடுப்பின் பின்புறம் கை வைத்து ஜீன்ஸ் பேண்ட்டை மேலிழுத்து விட்டாள். அது அவளது அநிச்சை உடல் மொழி! அவள் புடவை, சல்வாரை எல்லாம் கை விட்டுப் பல்லாண்டாகிறது. ஏதேனும் வீட்டு விசேஷங்கள் அல்லது நண்பர் திருமணங்களில் மட்டும் புடவை அணிவாள். அப்போதும் அதே அநிச்சையில் இடுப்பில் கை வைத்து கட்டிய புடவையை மேலே இழுத்து விடுவாள். ஈஸ்வரன் கவனித்து கேலி செய்வான்.

கருவியைத் தரையில் செங்குத்தாக நிறுத்தி விட்டுத் தாரா குரலில் கட்டளை இட்டாள்

“காலோஸ்மி, டேக் மீ செவன்டி செவன் இயர்ஸ் பேக்.”

சமீபத்தில்தான் குரல் வழி கட்டுப்படுத்தும் வசதியை காலோஸ்மியில் சேர்த்திருந்தனர். காலோஸ்மி என்பது அதன் துயில் எழுப்பிச் சொல். அதை அடுத்துப் பேசுவனவற்றைக் கிரகித்துக் கொள்ளும். இப்போதைக்கு ஆங்கிலத்தைப் புரிந்து கொண்டு செயல்படும்.

ஆணுமற்ற பெண்ணுமற்ற ஓர் இயந்திரக் குரலைச் சன்னமாக எழுப்பியது காலோஸ்மி

“திஸ் ரெக்வஸ்ட் இஸ் ஃபார் இயர் 1948, மந்த் ஜனவரி, டே 30. கேன் யூ ப்ளீஸ் கன்ஃபர்ம்?”

“காலோஸ்மி, எஸ்.”

“ஃபைன். நவ் ஐ வான்ட் டூ ஆதென்டிகேட் யூ. ப்ளீஸ் என்டர் யுவர் பயோ-மெட்ரிக்ஸ்.”

தாரா தன் வலது கைக் கட்டை விரலை கருவியின் பக்கவாட்டில் வைத்து அழுத்தினாள். அவளது கண்களின் ஐரிஸைக் காலோஸ்மி உமிழ்ந்த அகச் சிவப்புக் கதிர்கள் தடவின.

“ஆதென்டிகேஷன் சக்சஸ்ஃபுல். வெல்கம் பேக், மிஸ் தாரா! ஹவ் ஆர் யூ?”

“காலோஸ்மி, ஐயாம் டூயிங் க்ரேட்.”

“குட். ஆர் யூ ரெடி ஃபார் த ப்ராசஸ் ஆஃப் க்ரோனோ-போர்டேஷன்?”

“காலோஸ்மி, எஸ்.”

“ஓக்கே. க்ரியேட்டிங் ட்ராவெர்ஸபிள் வார்ம்ஹோல். திஸ் வில் டேக் ஃப்யூ மினிட்ஸ்.”

அலட்டலோ, சப்தமோ இன்றி சற்று நேரத்தில் புழுத் துளையை உண்டாக்கிச் சொன்னது:

“ப்ளீஸ் கெட் இன். யூ ஆர் கோயிங் டூ ட்ராவல் பேக் இன் டைம். ப்ளீஸ் என்ஷ்யூர் தட் யூ டோன்ட் ஹேவ் எனி ஹார்ட் ப்ராப்ளம்ஸ் அண்ட் யூ ஆர் நாட் ஹேவிங் யுவர் பீரியட்ஸ்.”

ஈஸ்வரனுக்கும் ஷோபனாவுக்கும் கையசைத்து விட்டு கருப்புப் பக்கத்தில் புகுந்தாள். சரியாக ஒரு நிமிடப் பயணம். கருவியின் வெள்ளைப் புறத்தில் இருந்து வெளி வந்தாள்.

பிர்லா ஹவுஸ் கூட்டத்தால் நிறைந்திருந்தது. ஏழை, மத்திய தரம், பணக்காரர்கள் எனக் கலந்து நின்றனர். அங்கே ஒரு மறைமுகச் சமத்துவம் நிலவியது. எல்லோரும் காந்தியின் மாலைப் பிரார்த்தனைக்குத்தான் காத்திருந்தார்கள். பிரார்த்தனை என்றால் சில பல பஜனைப் பாடல்கள். பிரார்த்தனை முடிந்ததும் காந்தி சின்னதாக உரையாற்றுவார். அன்று அவர் பிரச்சனை எனக் கருதும் விஷயம் பற்றி. கேட்டுக் கலைந்து விடுவார்கள். சிலர் பிரார்த்தனைக்கு முன்போ பின்போ காந்தியைச் சந்தித்து உரையாடுவார்கள்.

தாரா நிதானமானாள். தனது கடிகாரத்தைப் பார்த்தாள். 05:14 என்று காட்டியது. மாலை 05:17க்கு காந்தி சுடப்பட்டு இறந்தார். வழக்கமாக ஐந்து மணிக்கு அவரது பிரார்த்தனைக் கூட்டம் ஆரம்பித்து விடும். இன்று கால் மணி நேரத் தாமதம். இந்தியத் துணைப் பிரதமர் வல்லபாய் படேல் காந்தியுடன் தேச எதிர்காலம் பற்றி மிகக் கவலையுடன் நீண்ட நேரம் உரையாடியதுதான் தாமதத்துக்குக் காரணம். படேல் கிளம்பியதும் தாமதம் ஆனதை உணர்ந்த காந்தி மநுவைக் கடிந்தபடி அவசரமாகத் தயாரானார். படேல் கிளம்பியதை ஓரக் கண்ணால் பார்த்து விட்டு கோட்ஸேவை அந்தக் கூட்டத்தில் தேடினாள் தாரா.

அவன் இங்கேதான் நிற்க வேண்டும். யோசனையுடன் கவனமாகத் தேடியதில் கிடைத்து விட்டான். கூட்டத்தில் நடுவரிசையில் வெகுஜனத் திரளுடன் அடையாளமற்று நின்றான். முகத்தில் பதற்றம் இருந்தது. சினிமாக்களில் காட்டியதை விடச் சப்பையாக இருந்தான். இவனா காந்தியைக் கொன்று வரலாற்றில் இடம் பெற்றவன் என வியப்பாக இருந்தது.

மநு ஒரு புறம், ஆபா மறுபக்கம் என இருவர் தோளிலும் கை போட்டு வழிபாட்டு மேடை நோக்கி நடந்து கொண்டிருந்த காந்தியைச் சட்டென உள்ளே புகுந்து இடைமறித்த தாரா அவர் முகத்துக்கு முன் தன் செல்பேசியின் முன் கேமெராவை இயக்கி மூன்று செல்ஃபி எடுத்தாள். கண்களுக்கு அவள் புலப்படாததால் காந்தி பொருட்படுத்தாமல் கடந்தார்.

தாரா மநுவைக் கவனித்தாள். பூஞ்சையான உடல். ‘ஆப்பிளுக்கு முன்’ நினைவு வந்தது!

தாரா மறுபடி கடிகாரத்தைப் பார்த்தாள். 05:15. இன்னும் இரு நிமிடங்களில் கோட்ஸே காந்தியைச் சுட்டு விடுவான். அதையும் படம் எடுக்கலாம். அவ்வளவுதான். வந்த வேலை தீர்ந்தது. மறுபடி தனது காலத்துக்குத் திரும்ப வேண்டியது என எண்ணிக் கொண்டாள்.

சட்டென தாராவுக்கு 1993ல் தெற்கு சூடானின் பட்டினிக் கொடுமையைக் காட்டும் புகழ் பெற்ற நியூயார்க் டைம்ஸ் புகைப்படம் நினைவுக்கு வந்தது. கொடும் பசியால் சுருண்டு கொண்டிருக்கும் எலும்பும் தோலுமான கருப்பினக் குழந்தையும்

சற்று தள்ளி பின்புறம் அதன் மரணத்திற்குக் காத்திருப்பது போல் அமர்ந்திருக்கும் ஒரு வல்லூறும் இடம் பெற்ற படம் அது. அதை எடுத்த நிழற்படக்காரர் கெவின் கார்ட்டர் அதற்காகப் புலிட்சர் விருது பெற்றார். ஆனால் அவர் அந்தக் குழந்தையைக் காப்பாற்றாமல் படமெடுத்தது கடும் விமர்சனத்துக்கு உள்ளானது. விருது பெற்ற நான்கு மாதங்களில் அவர் தற்கொலை செய்து கொண்டு செத்துப் போனார். தன் தற்கொலைக் குறிப்பில் பஞ்சம், காயம் எனத் துயருறும் குழந்தைகளை எண்ணி மன அழுத்தமாகிறது எனக் குறிப்பிட்டிருந்தார்.

தாரா கெவினின் நிலைக்கும் தன் நிலைக்கும் என்ன வித்தியாசம் என யோசித்தாள்.

ஆனால் கெவினுக்குச் சுதந்திரம் இருந்தது. தன்னால் காந்தியின் மரணத்தைத் தடுக்க முடியுமா என்ன? வேடிக்கை பார்க்கும் வலு மட்டுமே தனக்குள்ளது. அதைத் தாண்டி இங்கே, இந்தக் கடந்த காலச் சூழலில் ஒரு துரும்பைக் கூட அசைக்க முடியாது தன்னால். அப்புறம் எப்படி மஹாத்மா காந்தியைக் கொலையுறாமல் காப்பது? அனாவசியாக நிலைமையைச் சிடுக்காக்கி யோசிக்கிறேன், அர்த்தமற்ற குற்றவுணர்வு கொள்கிறேன்.

வரலாற்றுப் புத்தகத்தைப் புரட்டுவதற்கும் இப்படி வந்து வரலாற்றையே பார்ப்பதற்கும் ஒரே வித்தியாசம் இது நேரடி அனுபவம் என்பது மட்டுமே. மற்றபடி, வாசிக்கும் நூலில் எப்படி எதையும் மாற்ற முடியாதோ அதே போல் இப்பயணத்திலும் ‘உச்’ கொட்டுவதும் கண்ணீர் சிந்துவதும் மட்டுமே தன்னால் செய்ய முடிந்த அதிகபட்ச சாத்தியங்கள். அந்த யதார்த்தத்தை முதலில் தான் ஏற்றுக் கொள்ள வேண்டும் என எண்ணிக் கொண்டாள்.

தாரா கைக்கடிகாரம் பார்த்தாள் - 05:16. இன்னும் ஒரே நிமிடம். அப்போது அவளுக்குச் சட்டென ஈஸ்வரனுடன் சில மாதங்கள் முன் கொண்ட உரையாடல் நினைவுக்கு வந்தது.

ஸ்டீஃபன் ஹாக்கிங்கின் டைம் ட்ராவலர் பார்ட்டிக்கு அவன் போயிருந்த போது நடந்த அனுபவம் அது. குவி லென்ஸ் ஒன்றின் வழி அவன் உற்றுப் பார்க்கையில் ஊதப்பட்ட பலூன் ஒன்று தீச்சூடு பட்டது போல் கருகி வெடித்தது. அவனுக்கு அது புரியவில்லை.

ஏனெனில் காலப் பயணத்தில் எதையும் மாற்ற முடியாது என்பதுதான் அது நாள் வரை அவர்கள் கொண்டிருந்த புரிதல். அது இயற்கை தன்னைத் தானே காத்துக் கொள்ளச் செய்திருக்கும் ஏற்பாடு என நம்பினார்கள். அதுவே உண்மையும் கூட. எனில் எப்படி அது நிகழ்ந்தது என யோசித்தான் ஈஸ்வரன். அவனால் ஒரு தியரிக்கு வந்தடைய முடிந்தது.

புழுத் துளை வழியே கடந்த காலத்தை அடையும் ஒரு காலப் பயணி உண்மையில் மின் காந்த அலையின் வடிவை எய்துகிறான் - கண்ணால் காண முடிந்த அலை நீளத்துக்கு அப்பால், அதிக ஆற்றல் கொண்ட காமா கதிர்களுக்கும் வெளியே ஏதோ ஒரு குறுகிய அலை நீளத்தில். எனவேதான் எவர் கண்களுக்கும் காலப் பயணியைத் தெரிவதில்லை. மனிதன் எனும் பருப்பொருள் மின் காந்த அலையாக மாற முடியுமா? ஒளியாகிய மின் காந்த அலை ஃபோட்டான் என்ற துகளாகும் சாத்தியம் இருக்கையில் இதுவும் முடியும்.

பலூன் வெடிப்பு? மேற்சொன்ன புள்ளிக்கு வந்து விட்ட பின் அது எளிதுதான். சிறுவர்கள் பூதக் கண்ணாடியை உச்சி வெயிலில் வைத்து சூரிய ஒளியைத் தாளில் விழச் செய்து தீப் பற்ற வைப்பார்களே அதே இயற்பியல்தான். பூதக் கண்ணாடியில் இருக்கும் லென்ஸ் குவி வில்லை. அது சூரிய ஒளியை ஒருமுகப்படுத்திக் குவிப்பதால் வெப்பம் அதிகரித்து தாளில் நெருப்பு பிடிக்கிறது. காலப் பயணத்தின் போது மின்காந்த அலையாக இருக்கும் ஆளின் கதிர்கள் ஏதேனும் குவி வில்லை வழியே மறுபுறம் ஏதேனும் இடத்தில் குவிந்தால் அங்கே வெப்பம் அதிகரித்து நெருப்பு பற்றுகிறது. அன்று ஹாக்கிங்கின் பார்ட்டியில் ஈஸ்வரன் பலூனை உற்றுப் பார்த்த போது நடந்தது அதுவே. விபத்தான கண்டுபிடிப்பு!

இங்கே இன்னொரு வினா எழுகிறது. ஒருவர் ஒரு பொருளைப் பார்க்கையில் ஒளியானது அந்தப் பொருளின் மீது பட்டுத் தெறிப்பதைக் கண் கிரகித்து மூளைக்கு அனுப்புகிறது. வெளிச்சத்தில் மட்டுமே தெளிவாகப் பார்க்க முடிவது என்பது அதுதான். எனவே காலப் பயணத்தில் இருந்த ஈஸ்வரன் குவி வில்லை வழியே பலூனை உற்றுப் பார்த்தால், அதில் பட்டுப் பிரதிபலிக்கும் ஒளியை அவன் கண்கள் உள்வாங்க முடியும். எப்படி நேர்

மாறாக, அவனது உடலின் மின் காந்த அலைகள் குவிவில்லை வழி பலூனின் மீது விழ முடியும்? அங்கே அவனுக்கு எட்டாத ஓர் இயற்பியல் செயல்படுகிறது என்பதே பதிலாக இருந்தது.

ஆனால் இந்த அவதானிப்பு நோவிகோவின் *Self-consistency Principle*-க்கு எதிராக உள்ளது! இதனால் காலப் பயணி கடந்த காலத்தில் சிறிய மாற்றத்தை உண்டாக்க முடியும் என்று ஆகிறது. அதனால் பட்டாம் பூச்சி விளைவாக பெரிய மாற்றமும் நேரும் சாத்தியமுண்டு.

இது பிரபஞ்சத்தின் சுயபாதுகாப்புத் திட்டத்தை மீறிய கசிவு என ஈஸ்வரன் சொன்னான். உதாரணமாக செல்பேசியைப் பயன்படுத்துகையில் சூடாவது அதன் வடிவமைப்பின் உத்தேசத்தில் இல்லாதது; மாறாக, அது ஓர் எதிர்பாராத, விரும்பத் தகாத பக்க விளைவு. அதே போல் இயற்கையின் வடிவமைப்பில் விழுந்த சிறுஓட்டை இது என்பது அவனது புரிதலாக இருந்தது. ஆனால் அதே சமயம் இவ்விளைவு சுலபமாக நடந்து விடாது. இது நிகழ கடந்த காலச் சூழலில் ஒரு குவி வில்லை வேண்டும். காலப் பயணி அதன் வழியே தொடர்ந்து ஒரே பொருளை உற்றுப் பார்க்க வேண்டும். அதனால் அரிதாகவே நிகழும். *Corner case!* எனவே மிகப் பெரும்பான்மைச் சமயங்களில் *Self-consistency Principle* செல்லும்.

இதற்கு 'ஈஸ்வரன் விளைவு' என்று பெயர் வைக்க வேண்டும் என்று தாரா சொன்னாள்.

இன்னும் நிறைய ஆய்வு செய்து இது முழுக்கப் புரிந்த பின் வெளியிடுவோம் என்றான்.

சில நொடிகளில் தாராவின் மனம் அத்தனையையும் அசை போட்டு விட்டது. இன்னும் அரை நிமிடம்தான் இருக்கிறது படுகொலை நிகழ. ஈஸ்வரன் விளைவு மட்டும்தான் கையிலிருக்கும் ஒரே ஆயுதம். ஆனால் அதற்குக் குவி வில்லை தேவை. மிஞ்சிய முப்பது விநாடியில் அதை எங்கே தேடுவது? அப்படியே சிக்கினாலும் அதைத் தான் தொடவோ நகர்த்தவோ முடியாது. இன்னும் கால் நிமிடம்தான் இருக்கிறது... தாரா பரபரத்தாள்.

சட்டென மநு காந்தியின் சோடாக் கண்ணாடியைக் கவனித்தாள். அது குவி வில்லை!

இப்போது கூட்டத்தை உடைத்துக் கொண்டு கோட்ஸே காந்தியின் முன் வந்து நின்றான். ஒளித்திருந்த கைத் துப்பாக்கியைக் காந்தியின் முன்பாக நீட்டினான். தாரா அவசரமாக மநுவுக்குப் பின் போய் நின்று அவளது கண்ணாடி வழியே துப்பாக்கி பிடித்த கையை உற்றுப் பார்க்க ஆரம்பித்தாள். காந்தி நிலைமையின் வீரியம் புரியாமல் “வழிபாட்டுக்கு நேரமாகிறது மகனே, வழி விடு. நாம் பிறகு சாவகாசமாக உரையாடுவோம்” என்றார்.

மணி 05:17. கோட்ஸேவின் துப்பாக்கி வெடித்தது. அவன் விசையை அழுத்துவதற்கு ஒரு கணம் முன் குவிந்த மின் காந்த அலைகளின் வீச்சு அவனது புறங்கையைச் சுட்டெரிக்க, அநிச்சையாக அவன் கையை உதறினான். திசை தவறிய தோட்டா வானில் வெடித்தது.

அந்தப் பெருஞ்சப்தத்தினால் கூட்டம் சிதறி ஓடியது. உடனடியாகக் காந்தியைச் சுற்றி ஏழெட்டுப் பேர் பாதுகாப்பு வளையம் அமைத்தனர். வெள்ளைக்காரர் ஒருவர் திகைத்து நின்ற அவனது கையிலிருந்த துப்பாக்கியைக் கை பற்றினார். இல்லத் தோட்டக்காரன் அவனை நகர இயலாதபடி முதுகுப்புறமாக இறுகப் பிடித்துக் கொண்டான். இப்போது மற்ற சிலரும் தைரியம் பெற்று அவனைச் சுற்றி வளைத்தனர். நிலைமை கட்டுக்குள் வந்தது போல் இருந்தது. காக்கி அரைக்கால் சட்டை அணிந்த போலீஸ்காரர்கள் சிலர் ஓடி வந்து கோட்ஸேயைக் கைது செய்தனர். தாரா நம்ப முடியாமல் பார்த்திருந்தாள்.

ஐன்ஸ்டைன், ஹாக்கிங், நோவிகோவ் எல்லோரும் இக்கணத்தில் பொய்த்து விட்டார்கள். சரித்திரத்தை மாற்றி விட்டேன். வரலாறு எழுதுவோர் உண்டு. வரலாறு படைப்போரும் உண்டு. நான்தான் உலகில் முதல் முறையாக வரலாற்றை மாற்றி இருக்கிறேன். பிரபஞ்ச விதிகளுக்குச் சவால் விட்டிருக்கிறேன். *In a way*, கடவுளுக்கு அருகில் போயிருக்கிறேன்!

தொண்டர்களும் இரு காவலர்களும் காந்தியைக் கிட்டத்தட்ட பிர்லா இல்லம் நோக்கி இழுத்துச் சென்றனர். மநுவும் ஆபாவும் மிகவும் பயந்து போயிருந்தனர். அவர்கள் அவர் பின்னால் ஓடினார்கள். அவர் கோட்ஸேவைத் திரும்பிப் பார்த்தபடி நடந்தார். முகத்தில் தன் உயிருக்கு ஆபத்து வந்தது பற்றிய பதற்றமோ, அது நீங்கியது குறித்த நிம்மதியோ இல்லை. ஆங்கிலத்தில் அவர் உதிர்த்த சொற்கள் தாராவின் காதுகளில் வந்து விழுந்தன:

“அந்த இளைஞனை ஒன்றும் செய்ய வேண்டாம். அவன் அறியாமல் செய்து விட்டான்.”

அப்போதுதான் தாரா அந்த வித்தியாசத்தை உணர்ந்தாள். முதுகுப் பை எடையற்றதாக இருந்தது. சட்டெனப் பதற்றமாகி பையை முதுகிலிருந்து விடுவித்துத் திறந்து பார்த்தாள்.

காலோஸ்மியைக் காணோம். வாழ்வின் உச்ச கட்ட அதிர்வுக்குப் போனாள். அட்ரினலின் தாறுமாறாக உடலில் பொங்கிப் பிரவாகித்தது. நீண்ட சம்போகத்தில் களைத்தது போல் வியர்வை உடம்பு முழுக்கவும் ஊற்றெடுத்தது. பேண்டீஸை ஒரு துளி சிறுநீர் நனைத்தது.

இந்தக் களேபரத்தில் யாராவது எடுத்து விட்டார்களா? சாத்தியமே இல்லையே! இந்தக் காலத்தில் எவர் கண்ணுக்கும் நான் தெரிய வாய்ப்பே இல்லை. எனவே காலோஸ்மியும் அவர்கள் எவருக்கும் தென்படாது, அகப்படாது. ஒருவேளை புழுத் துளையின் ஆயுள் தீர்ந்து விட்டதா? இல்லையே! அது ஒரு மணி நேரம் நீடிக்குமே, நான் வந்து பதினைந்து நிமிடம் கூட ஆகவில்லை. அப்படியே அதன் ஆயுள் தீர்ந்தாலும் அதற்கான அறிகுறிகள் வேறு. காலோஸ்மி காணாமல் போவது நடக்காது. எனில் வேறு ஏதோ புதிய கோளாறு!

தாராவுக்கு என்ன செய்வது என்றே புரியவில்லை. கடவுளே! என மனதில் அரற்றினாள்.

எப்போது கடைசியாகக் கடவுளை நினைத்தோம்? ஈஸ்வரனைச் சந்தித்ததில் இருந்தே அவள் முழுமையான நாத்திகள். அதற்கு முன்பே அது பற்றிய குழப்பங்கள் இருந்தாலும் கடவுள் இயற்பியலுக்கு அவசியமில்லை என்று ஈஸ்வரன் கற்றுக் கொடுத்தான். அவள் அதிலிருந்து எந்த இக்கட்டிலும் கடவுளை அழைப்பதில்லை. ஈஸ்வரன் கேலி செய்தான்.

“அவ்வளவு ஆச்சாரமா, தாரா? கலவியின் போதாவது ஓ மை காட் என்று சொல்வாயா?”

“ம்ஹூம். மாட்டேன். நீ ஓ மை சாட்டான் என்றுதான் சொல்ல வைப்பாய் என அறிவேன்.”

ச்சை. புத்தி எங்கே போகிறது! இப்போது இருப்பது இணையற்ற

உச்ச கட்ட இக்கட்டு. முன்னுதாரணம் அற்றது. விண்வெளி வீரருக்குத் தன் விண் கலத்துடனான தொடர்புக் கொடி அறுந்து வான் வெளியில் மிதக்க ஆரம்பித்து மெல்ல மெல்ல விண்கலத்திலிருந்து விலகிச் செல்ல ஆரம்பித்தால் எப்படி இருக்கும்! அது போல்தான் தாராவுக்கு இருந்தது.

அவளால் சிந்திக்கவே இயலவில்லை. தலை சுற்றியது. உடல் நடுங்கத் தொடங்கியது.

★

சில நிமிடம், சில மணி, சில நாள், சில வாரம், சில மாதம், சில ஆண்டு காத்திருந்தாள் தாரா. எதுவும் நடக்கவில்லை. எப்படியும் ஈஸ்வரன் தன்னைத் தேடி வருவான் என்ற நம்பிக்கையும் உடைய ஆரம்பித்தது. ஒரே ஆறுதல் அவளுக்குப் பசி எடுக்கவே இல்லை; தாகத்தை உணரவே இல்லை. நிகழ் காலத்தில் இருந்து அவளது உடல் எடுத்து வந்திருந்த மல, ஜலத்தை முதலிரு நாட்களில் கழித்த பின் அதுவும் நிகழவே இல்லை. தேக வேர்வை இல்லை, உடம்பில் அழுக்குகள் இல்லை, குளியல் அவசியப்படவில்லை. அவள் உடலில் என்ன மாதிரி வளர்சிதை மாற்றம் நடக்கிறது என்றே புரியவில்லை. ஒருவேளை குளிர் சாதனப் பெட்டியில் வைத்த ஆப்பிள் போல் இந்தச் சூட்சம ரூபத்தில் தனக்கு வயதே ஆகாதோ எனத் தோன்றியது. ஆனால் சில ஆண்டுகளில் வயது ஆவதை உணர்ந்தாள். மாத விலக்கு மட்டுமே அலாரம் வைத்து எழுவது போல் மாதா மாதம் தவறாமல் வந்தது!

அந்தத் திரிசங்கு வாழ்வுக்கு எப்போது முடிவு என்பது தாராவுக்குத் தெரியவில்லை. அது அவளை அழுத்திக் கொண்டே இருந்தது. அதிலிருந்து முழுமையான மன அழுத்தத்தில் விழுந்து விடும் பாதை ஒன்று இருந்தது. அல்லது அதிலிருந்து மீண்டு இது இந்த விநோத ஆட்டத்தின் விதி என்று புரிந்து ஏற்றுக் கொண்டு மேற்கொண்டு ஆக வேண்டியதைப் பார்க்கலாம் என்பது இன்னொரு பாதை. இரண்டாவதைத் தேர்ந்தெடுக்கும் தெளிவும் மனோபலமும் அவளுக்கு இருந்தது. முதலில் அவள் தானே காலோஸ்மியை மறுபடி உருவாக்க முடியுமா என யோசித்தாள். மூன்று தடைகள் இருந்தன. ஒன்று அதன் முழு செய்முறை அவளுக்குத் தெரியாது; அது ஈஸ்வரனுக்குத்தான் தெரியும். அடுத்து அதைச் செய்வதற்குரிய கச்சாப் பொருட்களோ நவீன

பரிசோதனைக்கூடங்களோ அந்த 1948 காலகட்டத்தில் இல்லை. கடைசியாக அவை எல்லாம் ஒருவேளை இருந்தாலுமே கூட அவளால் ஒரு குண்டூசியைக் கூட நகர்த்த முடியாது அந்தச் சூட்சம ரூபத்தில். பல்வேறு திசைகளில் நாட்கணக்காக யோசித்து வழியற்றுப் போன பின் அதைக் கை விட்டாள்.

ஒரு கட்டத்தில் தாரா காந்தியைச் சுற்றித் தன் வாழ்வை அமைக்கத் தீர்மானித்தாள். அவரது செயல்களை, அவர் தொடர்புடைய நிகழ்வுகளைக் கவனித்து ஞாபகத்தில் குறித்துக் கொள்ள ஆரம்பித்தாள். இது அவரது மறுஜென்மம். என்றேனும் தான் நிகழ் காலத்துக்குத் திரும்ப முடிந்தால் அல்லது இங்கேயே இயல்பு வாழ்வுக்குத் திரும்பி விட்டால் அவற்றைத் தொகுத்து நூலாக எழுத வேண்டும் என எண்ணிக் கொண்டாள்.

காந்தியின் பாதுகாப்பு அவரது எதிர்ப்பைத் தாண்டி வலுப்படுத்தப்பட்டது. நாதுராம் கோட்ஸே விஷயத்தில் போலீஸ் துப்பு துலக்கி நாராயண் ஆப்தே, விஷ்ணு கார்கரே, தத்தாத்ரேயா பார்ச்சூர், மதன்லால் பாஹ்வா, கோபால் கோட்ஸே என அனைவரையும் கைது செய்தனர். அவர்களை எல்லாம் விடுதலை செய்யுமாறு நேருவிடமும் படேலிடமும் காந்தி கோரிக்கை வைத்து நடக்கவில்லை. காந்தி சிறையில் கோட்ஸேவைச் சந்தித்துப் பேசினார். சில ஆண்டுகள் கழித்து அவன் விடுதலை ஆனான். முதல் வேலையாகக் காந்தியைச் சந்தித்து மன்னிப்பு கேட்டான். தனது மத மாச்சரியங்களைக் கை விட்டு எங்கோ அடையாளமற்ற ஊரில் போய்த் தன் மிச்ச ஆயுளைக் கழித்தான் என்றார்கள்.

1950. தாராவின் வயது 37. காந்தியின் வயது 81. புதிய அரசியல் சாசனத்துடன் இந்தியா குடியரசானது. காந்தி நாடாளுமன்ற உறுப்பினர் இல்லை என்றாலும் சிறப்பு அழைப்பின் பேரில் வந்து உரையாற்றினார். கிளம்பும் போது அம்பேத்கரைக் கட்டி அணைத்து நன்றி சொன்னார். இந்து நாடாக இந்தியாவை முன் வைக்காததற்கு நேருவைப் பாராட்டினார். காந்தி போகுமிடத்துக்கு எல்லாம் தாரா அவர் பின்னாலே பைத்தியமாக அலைந்தாள்.

1964. தாராவின் வயது 51. காந்தியின் வயது 95. நேரு மரித்தார். அஞ்சலி உரை ஆற்றிய போது காந்தி குரல் உடைந்தார். முதன் முறையாகப் பொதுவெளியில் அவர் அழுததைத்

தேசம் கண்ணுற்றது. தாராவுக்கு மாத விலக்கு நின்றது. உடல் ஆரோக்கியம் நீடித்தது.

1975. தாராவின் வயது *62.* காந்தியின் வயது *106.* இந்திரா காந்தி கொண்டு வந்த அவசர நிலைப் பிரகடனத்துக்கு எதிராகக் காந்தி தொடர் உண்ணாவிரதம் இருந்தார். அவர் கடைசியாக உண்ணாவிரதம் இருந்த போது சாகும் நிலைக்குப் போய் விட்டு சிகிச்சை தரப்பட்டு உயிர் பிழைத்தார். இந்திரா எமெர்ஜென்ஸியை விலக்குவதாக அறிவித்தார். காங்கிரஸ் மீது கடும் அதிருப்தியில் இருந்தார். கட்சியைச் சுதந்திரம் கிடைத்த போதே கலைத்திருக்க வேண்டும் என்றார். அதற்கு முன்பு இந்திராவின் ஆட்சியில் செய்யப்பட்ட 'புன்னகைக்கும் புத்தர்' அணு ஆயுதப் பரிசோதனையையும் கடுமையாகக் கண்டித்தார். தாராவின் உடல் மெல்லத் தளர்வு நோக்கி நகர்ந்தது. ஆனால் நோய்கள் அண்டவில்லை.

1987. தாராவின் வயது *74.* காந்தியின் வயது *118.* இந்திய அமைதிப் படை இலங்கையில் நிகழ்த்திய அட்டூழியங்களைக் கண்டித்து காந்தி மெட்ராஸ் துறைமுகத்தில் முற்றுகைப் போராட்டம் தொடங்கினார். அவரைக் கைது செய்து போராட்டத்தை முறித்தார்கள். சில ஆண்டுகள் கழித்து அமைதிப் படை திரும்பும் வரை பதைபதைத்தபடியே இருந்தார். தாராவின் உடல் நிறைய ஓய்வை விரும்பியது. அவளது நடமாட்டம் மட்டுப்பட்டது.

1992. தாராவின் வயது *79.* காந்தியின் வயது *123.* அயோத்தி பிரச்சனையை ஒட்டி பாபர் மசூதி சென்றார் காந்தி. நூற்றுக்கும் மேற்பட்ட மத வெறியர்கள் கையில் சூலங்களும், கடப்பாரையும் எடுத்துக் கொண்டு வந்து மசூதியை இடிக்க முயற்சி செய்கையில் காந்தி எவரும் உள்ளே நுழையக்கூடாது என்று வாசலிலேயே அமர்ந்து கொண்டார். கையைப் பிசைந்த உத்தரப் பிரதேச முதல்வர் தனக்கு வந்த சேவக் அழுத்தங்களையும் மீறி அங்கே சூழந்திருந்த மத வெறியர்களைக் கைது செய்ய உத்தரவிட்டார். பிரதமர் பதறி அன்று மாலையே நேரில் வந்து பாபர் மசூதி பாதுகாக்கப்படும் என உத்தரவாதம் தந்து, நல்ல ஆட்டுப்பால் கொடுத்து காந்தியின் உண்ணாவிரதத்தை முடித்து வைத்தார்.

ஒரு காலத்தில் காந்தியின் விருப்பம் *125* வயது வரை வாழ்வது. அதை எட்டி விடுவார் எனத் தாராவுக்குத் தோன்றியது. அவளுக்குச் சின்ன சின்ன உபாதைகள் தோன்றின.

காந்தி புது தில்லி திரும்பினார். பிர்லா இல்லத்தில் தங்கி இருந்தார். கேகே பிர்லா வந்து காந்தியைச் சந்தித்தார். சென்னையிலுள்ள தங்களின் ஜிடி பிர்லா இன்ஸ்டிட்யூட் ஆஃப் அட்வான்ஸ்ட் சயின்சஸ் நிறுவனத்தில் *Time Travel* எனப்படும் காலப் பயண ஆராய்ச்சி தொடங்கப் போவதாகவும் அதற்கு காந்தியின் ஆசிகள் வேண்டும் என்றும் கோரினார்.

அங்கே இருந்த தாரா பரபரப்படைந்தாள். காந்தி சற்று யோசித்து விட்டுச் சொன்னார்.

"நாம் விஞ்ஞானம் இல்லாமல் வாழ முடியாது என்பது நிஜம். ஆனால் என் தாழ்மையான கருத்து விஞ்ஞானத் தேடலுக்குச் சில வரம்புகள் இருக்கின்றன. அறிவியல் ஆய்வின் மீது நான் போடும் கட்டுப்பாடுகள் - மானுடம் நம் மீது போடும் அதே கட்டுப்பாடுகள்தாம்."

"..."

"எளியோருக்குப் பயன் தராத விஞ்ஞானம் சாத்தானின் பரிசோதனைச் சாலை. ஒரு விஞ்ஞானி தன் கண்டுபிடிப்பின் பயன்பாட்டால் மட்டுமே உந்தப்பட்டவனாக இருக்க வேண்டும். என்னதான் உலகமயமாக்கல், தாராளமயவாதம் எல்லாம் நுழைந்தாலும் இந்தியாவின் ஆன்மா இன்னும் கிராமங்களில் இருக்கிறது. ஏழைகளிடம் இருக்கிறது. ஒடுக்கப்பட்டோரிடம் இருக்கிறது. இந்த அறிவியல் ஆய்வின் மூலம் நீங்கள் எப்படி இவர்களை எல்லாம் மேம்படுத்தப் போகிறீர்கள் என நான் அறிந்து கொள்ளலாமா?"

"..."

"அப்படி எந்த மாற்றமும் நிகழாது எனில் என் வரையில் அது அர்த்தமற்ற விஞ்ஞானம். அப்படியான ஒன்றுக்கு நான் என் ஆசி தர முடியாது. என்னை மன்னித்து விடு, மகனே!"

"..."

"இந்திய அரசில் இன்று என் சொல்லுக்கு மதிப்பில்லை. என்ன என்னவோ அர்த்தமற்ற விஞ்ஞானத்திலும் தொழில்நுட்பத்திலும் பணத்தை வாரி இறைக்கிறார்கள். குறிப்பாக அழிவை ஏற்படுத்தும் ஆயுதங்கள். நீயாவது என் கருத்து கேட்பது ஆறுதல் அளிக்கிறது."

கேகே பிர்லா காலப் பயண முயற்சியைக் கை விடுவதாகச் சொல்லி விடை பெற்றார்.

தாரா அதிர்ச்சியில் மூளையே உறைந்து போய் நின்றாள். இதுதான் அந்தப் புள்ளியா? காலோஸ்மி காணாமல் போனதன் ஆதி விதையா? காந்திதான் அதைக் கொன்றதா? காந்தி உயிர் பிழைத்ததால்தான் நான் என் காலத்துக்குத் திரும்ப முடியவில்லையா!

அமெரிக்க இயற்பியலாளர் கிப் தார்ன் சொன்னது நினைவுக்கு வந்தது தாராவுக்கு: *"All time machines are likely to self-destruct the moment they are activated."* அதுதான் நடந்திருக்கிறது! எல்லாக் காலப் பிரயாணக் கதைகளும் அசம்பாவிதமாகவே முடிவது அதனால்தான்.

இந்த இடத்தில் கதையை முடிக்கலாம். ஆனால் இன்னும் கொஞ்சம் மிச்சமிருக்கிறது.

★

1993. தாராவின் வயது 80. காந்தியின் வயது 124. ஜனவரி 30 அன்று புது தில்லியில் பிர்லா இல்லத்தில் நடந்த குண்டு வெடிப்பில் காந்தி செத்துப் போனார். 125 ஆண்டுகள் வாழ வேண்டியவர் ஓராண்டு முன்பே அகாலமாகப் போய்ச் சேர்ந்தார். "பாபர் மசூதி இடிப்பை யார் தடுத்தாலும் அவர்கள் கதியும் இதுவே!" என்று அறைகூவும் துண்டுப் பிரசுரங்களை விட்டுப் போயிருந்தார்கள். தாரா அந்த வாழ்வின் இறுதிப் பிடிப்பும் நெகிழ்ந்தது போல் உணர்ந்தாள். அதே ஆண்டின் டிசம்பர் 6 அன்று அயோத்தியில் பேருக்குப் போட்டிருந்த பாதுகாவல்களை மீறி பாபர் மசூதி இடிக்கப்பட்டது. காந்தி மறுபடி ஒருமுறை செத்தார்.

கேகே பிர்லாவிடம் "காலோஸ்மி திட்டத்தை மறுபடி தொடங்கலாமா?" என்று ஜிடி பிர்லா இன்ஸ்டிட்யூட் ஆஃப் அட்வான்ஸ்ட் சயின்சஸ் இயக்குநர் தயக்கமாகக் கேட்டார். காந்தி உடனான தன் இறுதிச் சந்திப்பில் அவர் மறுத்தது, எனவே வேண்டாம் என்றார் பிர்லா. அவருக்குப் பிறகு பொறுப்புக்கு வந்த அவரது மகள் ஷோபனாவும் அதை மதித்தார்.

தாரா தமிழ் நாட்டுக்குத் திரும்பத் தீர்மானித்தாள். தனது மண்ணுக்கு; மெட்ராஸுக்கு. அசல் தாரா பிறந்து மூன்று வயதாகி

இருந்தது; ஈஸ்வரன் எட்டு வயதைக் கடந்தான் - வெவ்வேறு இடங்களில் இருவரும் வளர்வதை பரவசத்துடன் பார்த்துக் கொண்டிருந்தாள் சூட்சமத் தாரா. ஆனால் தனிமை அவளை வாட்டியது. பேசக் கூட ஆள் இன்றி இருப்பது ஆகக் குரூர நிலை. அதை எதிர்கொள்ள மனதிலேயே கவிதைகள் எழுத ஆரம்பித்தாள்.

2009. தாராவின் வயது 96. தாரா கேம்ப்ரிட்ஜ் பல்கலைக்கழகம் சென்றாள். ஸ்டீஃபன் ஹாக்கிங் அளித்த டைம் ட்ராவலர் பார்ட்டிக்கு. அங்கே ஈஸ்வரன் நின்றிருந்த இடம் எது என ஊகித்து அங்கே போய் அதே போல் குவிவில்லை வழியே பலூனை உற்றுப் பார்த்தாள். அது வெடித்தது. காத்திருந்து விட்டு யாரும் வராததால் அறையை விட்டு வெளியேறிக் கொண்டிருந்த ஹாக்கிங் சட்டென ஒரு கணம் சக்கர நாற்காலியை நிறுத்தி, அதைத் திருப்பி, பலூன் வெடித்த திசையை உற்றுப் பார்த்தார். “ஹூ இஸ் தட்?” என்றார். தாரா கைகள் கட்டி நின்றிருந்தாள். ஹாக்கிங் பெருமூச்சு விட்டுச் சக்கர நாற்காலியை மறுபடி திருப்பி அங்கிருந்து வெளியேறினார். தாரா அதைக் கண்டு கண்ணீர் உகுக்கலானாள்.

2015. தாராவின் வயது 102. நாட்டில் ஆட்சி மாறி ஓராண்டு ஆகி இருந்தது. மக்களிடையே சகிப்புத்தன்மை அருகியது. அசல் தாரா பிஹெச்டி முடித்து ஜிடி பிர்லா இன்ஸ்டிட்யூட் ஆஃப் அட்வான்ஸ்ட் சயின்சஸில் பணிக்குச் சேர்ந்தாள். அங்கு ஈஸ்வரனைச் சந்தித்தாள். அவர்கள் காதலிக்க ஆரம்பித்தார்கள். எதுவுமே மாறவில்லை. ஒரே முக்கிய வித்தியாசம் அவர்கள் ஆய்வு காலப் பிரயாணம் பற்றியது அல்ல. சூட்சமத் தாரா பெருமூச்சு விட்டாள்.

2025. தாராவின் வயது 112. இரு வீட்டார் பேசி சுமூகமாக ஈஸ்வரன் - தாரா திருமணத்தை முடிவெடுத்திருந்தனர். ஃபிப்ரவரி மத்தியில் கல்யாணம். ஜனவரி மாதத்தின் இறுதியில் அவர்கள் இருவரும் இணைந்து கடந்த பத்தாண்டுகளாக உழைந்த ப்ரொஜெக்டில் ஒரு முக்கியப் பரிசோதனை இருந்தது. அதை முடித்த பிறகு கல்யாணம் என்பதே திட்டம்.

பரிசோதனை வெற்றிகரமாக நடந்த ஜனவரி 30ம் தேதி மாலை ஐந்து மணிக்கு அசல் தாரா காணாமல் போனாள். ஈஸ்வரன்

பதறித் தேடினான். மறுநாள் காவல் துறையில் புகார் அளித்தார்கள். முன்பு ஈஸ்வரனை ஒரு தலையாகக் காதலித்த ஒருத்தி தாரா யாருடனோ ஓடி விட்டாள் என வதந்தி பரப்பிய கையோடு அவனுக்கு ஆறுதல் கூறினாள்.

அசல் தாராவுக்குப் பதிலாக சூட்சமத் தாரா காலப் பயண உலகிலிருந்து வெளிவந்தாள். இனி அசல் தாராவும் சூட்சமத் தாராவும் ஒன்றேதான். சரியாகப் காலப் பயணம் புகுந்த நாளில் அப்படி நடந்திருக்கிறது. இதுவும் காலோஸ்மி ப்ரொஜெக்டில் இப்போதைக்கு விளக்கமற்ற ஒரு நிகழ்வுதான். அவள் அதை எதிர்பார்க்கவில்லை. அதன் பின்னிருக்கும் இயற்பியல் விதி என்ன என்பதை இனிதான் ஆராய்ந்தறிய வேண்டும். தாரா விளைவு?

முதலில் ஆம்பூர் ஸ்டார் பிரியாணிக்குப் போய் மட்டன் பிரியாணி சாப்பிட்டாள். அம்மா! எத்தனை நெடிய ஆண்டுகள்! புலன்கள் யாவும் முற்றிலும் புதைந்த ஓர் இருண்ட காலம்.

ஒரு சில நிமிட நகர்வில் கூடுதலாக 77 வருடங்கள் சுற்றி வந்திருப்பதை உணர்ந்தாள். அது போக ஏராளமாக வரலாற்றை வேறு மாற்றி விட்டாயிற்று. ஆயாசமாக இருந்தது.

இப்போது அவள் ஈஸ்வரனைச் சந்திக்கலாம், அளவளாவலாம். ஆனால் இத்தேதியில் 35 வயது இருக்க வேண்டியவள் 112 வயதோடு தளர்ந்து நடமாடவே சிரமப்பட்டிருந்தாள்.

தள்ளாடி வந்த தாரா, ஈஸ்வரனைத் தனிமையில் சந்தித்தாள். அவனிடம் பொறுமையாக யாவற்றையும் விளக்கினாள். அது தாராதான் என்பதை அவளது பேச்சு, தர்க்கம், சொல் உச்சரிப்பு, உடல் மொழி எல்லாவற்றிலும் கண்டு கொண்டான். அதை விட முக்கியமாக அவளது கண்களில் பொங்கி வழிந்த காதல் அத்தனை துல்லியமாகப் பொருந்தியது!

தன்னை விட 72 வருடங்கள் மூப்படைந்த கிழவியைச் சின்ன மனத் தொந்தரவும் இன்றி அத்தனை வாஞ்சையுடனும் பிரியத்துடனும் கட்டிக் கொண்டு முத்தமிட்டான் ஈஸ்வரன்.

பத்திரிகை அடிக்கப்பட்ட அதே முகூர்த்தம், அதே மண்டபத்தில் தாராவைத் திருமணம் செய்து கொண்டான் ஈஸ்வரன். ஊரே

அவனைப் பைத்தியம் என்றது; அவன் வாழ்வைக் கெடுக்க வந்த சூனியக்காரி எனத் தாராவை வசை பாடியது. இரு வீட்டுப் பெற்றோருமே தலையில் அடித்துக் கொண்டு கல்யாணத்துக்கு வரவில்லை. நண்பர்கள் வந்தார்கள். கேலி செய்ய உள்ளடக்கம் கிட்டும் என நமுட்டுச் சிரிப்புடன் வந்தோர் சிலர். ஷோபனா பார்தியா அந்தக் கல்யாணத்துக்கு நேரில் வந்திருந்து அட்சதை தூவி ஆசி வழங்கினார்.

இங்கேயும் கூட கதையை முடிக்கலாம்தான். ஆனால் இன்னும் சிறிது பாக்கியிருக்கிறது.

★

முதலிரவு அறையின் மலர் மஞ்சத்தில் தாராவும் ஈஸ்வரனும் அணைத்துக் கிடந்தார்கள்.

“ஸாரிடா.”

“எதுக்குடி?”

“சூப்பர் ஃபிகரோடு இருந்திருக்க வேண்டியவன் இப்படிக் கிழவியக் கட்டிட்டு கிடக்கற.”

“அதாவது இந்த சோகத்தின் நடுவே சூப்பர் ஃபிகர்னு பீத்திக்கறது உன்னையேதானே?”

“ச்சீய், போடா.”

“லவ் யூ, தாரா.”

“ம். நானும்.”

“எனக்குப் புரியும் தாரா. உன் மனம் அதேதானே! உன்னைக் காதலிக்கறேன்னா என்ன அர்த்தம்? உன் மூளையைத்தானே காதலிக்கிறேன்! அது அப்படியே இருக்கு! உடலும் முக்கியம்தான். ஆனா அது ஒரு காலகட்டம் வரைக்கும்தான். எனக்கு அது முன்கூட்டியே வந்திடுச்சுனு நினைச்சுக்கறேன். அவ்ளோதான். இதில் நீ உன்னை வருத்திக்க ஏதுமில்ல.”

“என் இளமை திரும்ப ஒரு வழி இருக்கு.”

“என்ன?”

"காலோஸ்மி!"

"ஆனா அதுதான் இல்லையே இப்ப!"

"எனக்கு அதை உருவாக்கும் சூத்திரம் முக்கால்வாசி தெரியும். மீதிக்கு நீ உதவனும்."

"நானா!"

"ஆமா. இப்ப நீ க்ரோனோ-போர்டேஷன் ஆசாமி இல்லதான். ஆனா உன்னால முடியும்."

"சரி, செஞ்சு?"

"மறுபடி அதே 1948 ஜனவரி 30-க்குப் போகனும்."

"..."

"அங்கே கோட்ஸேவைத் தடுக்கக்கூடாது. அவனைத் தடுக்கற தாராவைத் தடுக்கனும்."

"..."

"அப்ப காந்தியின் படுகொலை தடுக்கப்படாது. எனவே பழையபடி பிர்லா நிறுவனம் காலப் பயண ஆராய்ச்சியில் ஈடுபடுவதைக் காந்தி தடுக்க மாட்டார். அவர்கள் மூலமே காலோஸ்மி இயந்திரம் உருவாக்கப்பட்டு விடும். தாராவாகிய நான் காந்தியோட எடுத்த செல்ஃபியோடு நிகழ்காலத்துக்குத் திரும்பி வந்துடுவேன் பத்திரமா. அப்ப என்ன ஆகும்? நான் கடந்த காலத்தில் 77 வருடம் சிக்கிக் கொள்ள வேண்டி இராது. அப்புறம், இப்ப நாம இருக்கோமே இது போல் பொருந்தாத் திருமணம் நடக்காது. நாம இப்படிப் பேசிட்டிருக்க அவசியமில்ல. அப்புறம் இந்தக் காலோஸ்மிய நாம மறுஆக்கம் செய்ய வேண்டி இராது."

"ப்ரில்லியண்ட். எப்ப ஆரம்பிக்கலாம்."

"நாளைக்கே. அதிகபட்சம் ஒரு வருஷம். அதுக்குள்ள முடிக்கனும். ஏன்னா இத்தனை வயசுக்குப் பிறகு நான் உயிருடன் இருக்கும் ஒவ்வொரு ஆண்டுமே அதிர்ஷ்டம்தான்."

"ம்."

"உடனே உம்முனு ஆகாதே! பார்த்துக்கலாம்."

“ம்ம்ம்.”

“அப்புறம் இன்னொரு முக்கிய விஷயம்.”

“என்ன?”

“நான் அப்படி இளம் தாராவாத் திரும்பின பிறகு...”

“தெரியும். கல்யாணம், ஃபர்ஸ்ட் நைட், கஜகஜா...”

“ச்சீய், அதில்ல.' காலோஸ்மியை அழிச்சிடனும்.”

“என்ன!”

“வரலாறு மாறாம இருக்கறதுதான் நல்லது. இல்லனா குழப்பம்தான் மிஞ்சும். பிரபஞ்ச விதிகளில் ஓட்டை இருக்கலாம். ஆனா அதைப் பயன்படுத்தனும்னு கட்டாயம் இல்ல!”

“கடவுள் இல்லை என்பதோடு மனிதன் கடவுள் ஆகக்கூடாது என்பதையும் சேர்க்கனும்.”

காலோஸ்மி கண் விழிக்கத் தயாரானது. இங்கே கதையை முடித்துக் கொள்ளலாம்.

★★★

* - *டிசம்பர் 6, 2023 அன்று எழுதப்பட்டது*

குறுநாவல்

5. பெருங்களிறு

பாகம் 1: தலை

மலைப் பாறையில் படர்ந்து பரவும் அருவியாய் இரவு மீது இருள் தழுவிக் கிடந்தது. யாகத்தின் மந்திர உச்சாடனம் போல் ராப்பூச்சிகள் சதா உளறிக் கொண்டிருந்தன.

ரத்த நந்தகாவின் பரந்த முதுகின் மீது ஏறி அமர்ந்த போது தம்மாவுக்குக் கால்களின் சங்கமத்தில் குறுகுறுவென ஓர் உணர்வு ஓடியது. முதலில் அந்த வெண்யானையின் ரோமக் கம்பிகள் தன் அந்தரங்கத்தில் குத்துவதாகத் தோன்றி, இடுப்பாடை அள்ளிச் செருகித் தடுப்பு செய்தாள். அப்போதும் அந்த வினோதக் குறுகுறுப்பு நீங்கவில்லை.

எனில் அது இல்லை. வேறு என்ன? யோசித்துக் கொண்டிருக்கும் போதே அடிவயிறு வலிக்க ஆரம்பித்தது. கண்களை இறுக மூடி வலி தாங்கிய சில கணங்களில் குருதி கசியப் பூப்படைந்தாள். அஃதை புரிந்தோ புரியாமலோ வெள்ளைக் களிறு பிளிறியது!

அந்த வாலைக் குமரியின் அறியாமையை, ஆர்வத்தை புது வனப்பும் மிகு வெட்கமும் ஆட்கொண்டன. அவளுக்குப் பின் அமர்ந்து, ஒரு கையில் அங்குசத்துடன் மறுகரத்தை அவளது வறிய இடையைச் சுற்றித் தயக்கமாகப் போட்டிருந்த மின்சாவைச்

சட்டெனத் தள்ளி விட்டு யானையின் முதுகிலிருந்து சரிந்திறங்கி குடில் நோக்கி ஓடினாள் தம்மா.

மின்சா புரியாமல் விழித்தான். ஏன் இவள் இப்படித் திடீரெனப் பரபரத்து ஓடுகிறாள்? அவளாகத்தானே ரத்த நந்தகா என்கிற அந்த வெண்வாரணம் மீதேறிச் சவாரி போக வேண்டும் என இந்தப் பின்னிரவில் ரகசியமாகத் தன்னை இங்கே அழைத்து வந்தாள்!

தம்மா இறங்கியதும் ஆர்வம் தீர்ந்தது என்பது போல் ரத்த நந்தகா தன் பிரம்மாண்ட உடலை மெல்லச் சிலிர்த்தது. மின்சா தடுமாறி, அவசரமாகக் கீழே சறுக்கினான். ஒரு ராட்சசப் பட்சி இறகை உதிர்ப்பது போலிருந்தது அக்காட்சி. மின்சா எரிச்சலுற்றாலும் அதன் செயல் ஆச்சரியமளிக்கவில்லை. அது வந்த நாளிலிருந்து அப்படி முரடாகத்தான் இருக்கிறது. மாறாக, அவனுக்கு வியப்பளித்தது சற்று முன் அவனும் தம்மாவும் வந்து அதன் அருகே நின்ற போது இருவரும் அதன் மேலேறச் சாதுவாக ஒத்துழைத்ததுதான்.

விழுந்ததில் நேர்ந்த முழங்கால்ச் சிராய்ப்பைப் பொருட்படுத்தாமல் மின்சாவும் அவள் பின்னே ஓடினான். கடந்த மூன்று மாதங்களாக அவன் அவள் பின்னால் அப்படி ஓடிக் கொண்டுதான் இருக்கிறான். காதலா என்று கேட்டால் அப்படியும் சொல்ல முடியாது.

அவள் இன்னும் வயதுக்குக் கூட வரவில்லை. அவளைக் காதலிப்பதாகச் சொன்னால் அந்தக் கிராமம் ஒன்று கூடி, தலை குனிந்து நிற்கும் அவனைச் சூழ்ந்து நின்று, நெடிய அறிவுரைகள் சொல்லும். அவனுக்கு மட்டும் என்ன, அவளை விட ஐந்து வயது அதிகம். இப்போதுதான் மீசையே முளைக்கிறது. அதனால் என்ன? மணம் செய்வதற்குத்தான் வயதுக் கட்டுப்பாடு எல்லாம், காதலுக்கு எதற்கு என்று தோன்றியது. தவிர, தம்மாவும் இன்றோ நாளையோ ருதுவாகாமலா போய் விடுவாள்! பெருமூச்சு விட்டான் மின்சா.

தம்மா குடிலுக்குள் ஓடிப் போய் விட்டாள். குடிலில் விளக்கு தூண்டப்பட்டது தெரிந்தது. அவளது அக்காள் சந்தாவை எழுப்பி இருக்கிறாள். ஏன்? புரியவில்லை. திருட்டுத்தனமாக வந்தவள் திடீரெனப் பயந்து போய்த் திரும்பி விட்டாள் என்று

வைத்துக் கொண்டாலும் உறங்கிக் கிடந்த சகோதரியை ஏன் அகால வேளையில் எழுப்ப வேண்டும்? எப்படியும் தன்னைக் காட்டிக் கொடுக்க மாட்டாள் என்றே தோன்றியது மின்சாவுக்கு. அப்படிச் செய்தால் அவளும் மாட்டிக் கொள்வாள் என்பது ஒரு புறம். தம்மாவின் தங்கம் நிகர்த்த குணம் அப்படிப்பட்டது என்ற புரிதல் இன்னொரு பக்கம். அதுவே அவனை ஈர்த்தது.

இதற்கு மேல் அங்கே அவன் நின்று கொண்டிருப்பது நல்லதல்ல. நரது மட்டும் பார்த்து விட்டால் அவனைக் கொல்லவும் தயங்க மாட்டான். அவசரமாக மறுபடி ரத்த நந்தகா இருந்த இடத்துக்குத் திரும்பி வந்தான். அதை மெல்ல நடத்தி கொட்டடிக்கு அழைத்து வந்து அடைத்தான். அதன் பக்க வாட்டில் அவனுக்கு ஒதுக்கப்பட்ட இடத்தில் படுத்துக் கொண்டான். அதைப் படுக்கை என்று உளமாறச் சொல்ல முடியாது. உலர் வைக்கோல் திணிவாலான அடுக்கு. கண் செருகும் வரை தம்மா பற்றி எண்ணிக் கொண்டிருந்தான்.

பிடித்த பெண்ணை நினைத்துக் கொள்வதை விட ஒரு போதை கண்டறியப்படவில்லை.

★

புத்தர் வாழ்ந்து இரண்டாயிரம் ஆண்டுகள் கழிந்து பௌத்த மார்க்கம் பூமிப் பரப்பில் ஆங்காங்கே செழித்திருந்த காலகட்டம். பர்மா எனும் தேசத்தில் தவுங்கூ எனும் ராஜ்யம் நடந்திருந்தது. அதோடு ஒட்டிப் பிறந்த இரட்டைப் பிறவி போலிருக்கும் சியாம் நாட்டில் அயுத்தயா ராஜ்யம் நடந்திருந்தது. பர்மாவை பேரரசன் பயின்னவுங் ஆண்டிருந்தான். சியாமின் மாமன்னன் மஹா சக்கரபத். இருவருக்கும் மாளாப் பகை. அஃது இரண்டு நிலங்களின் முரணாகத் திரண்டு யுத்தங்கள் நிகழ்ந்தன. பதினைந்து ஆண்டுகள் முன் பர்மா போரெடுத்து ஆக்ரமிக்க முயற்சி செய்த போது, சியாம் தற்காத்துக் கொண்டது.

அப்போது பயின்னவுங் பர்மாவின் இளவரசனாக இருந்தான். அத்தோல்வி அவனுக்குள் புகையிலைக் கங்கு போல் கனன்று கொண்டே இருந்தது. தவுங்கூ ராஜ்யத்தை பர்மா தாண்டி விரித்து எழுத வேண்டும் என்பது அவனது பெருங்கனவு. மன்னனாகப் பட்டம் சூடியதுமே அதற்கான முயற்சிகளில்தான்

முதலில் இறங்கினான். கங்லெய்பாக், லான் நா, சீனத்தின் ஷான் மாகாணங்கள் என பர்மாவைச் சுற்றி இருந்த சகல நாடுகளையும் போரிட்டுத் தன் வசமாக்கினான். பர்மாவின் வரலாறு அதுகாறும் கண்டிராத மானுட சக்திப் பெருவெடிப்பாக பயின்னவுங்கின் திக்விஜயங்கள் அமைந்தன. தென்கிழக்கு ஆசியாவின் பெரிய சாம்ராஜ்யத்தின் எல்லைக் கோட்டைக் குருதியால் வரைந்தான்.

மஹாராராஜன் பயின்னவுங்குக்குப் போக்குக் காட்டிக் கொண்டிருந்த ஒரே மண் சியாம்!

அது அவனது மனதில் கிடந்து சதா உறுத்திக் கொண்டே இருந்தது. இடையே அவனது தினவுக்குப் பதிலளிக்க வந்த யாழதேவி மூன்றாவது மனைவியாக மாறிப் போனாள். முதலிரு ராணிகளின் செல்வாக்கைப் பெருமளவில் அழித்தொழித்து மேலேறிய பிறகு அவள் பயின்னவுங் காதில் ஓதினாள் - அவன் பர்மாவை மாபெரும் சாம்ராஜ்யமாகக் கட்டியமைக்க வேண்டுமெனில் இறை நிமித்தம் அவன் பக்கம் இருந்தாக வேண்டும்.

“அதற்கு நான் என்ன செய்ய வேண்டும், தேவி?”

“வெள்ளை யானைகளை அடைய வேண்டும்.”

“என்ன?”

“பக்கத்திலிருக்கும் சியாமின் அயுத்தயா ராஜ்யத்தில் நான்கு வெள்ளை யானைகள் வைத்திருக்கிறார்கள். அவற்றில் இரண்டைச் சினேகமாகவே கேட்டு வாங்குங்கள்.”

“தருவார்களா?”

“மறுத்தால் பிடுங்குவோம்.”

“ஆனைக்குப் போரா!”

“இல்லை. ஆசிக்கு.”

“இதை எல்லாம் நீ நம்புகிறாயா?”

“சர்வ நிச்சயமாக. சக்ரவர்த்தி என்பவன் வெண் வாரணங்களின் அதிபதி என்பதை உறுதியாக நம்புகிறேன். வரலாற்றில் இருந்து இதற்கு உதாரணங்கள் காட்ட முடியும். நமது பர்மாவின் வரலாற்றில் இருந்தும் சரி, சியாமின் சரித்திரத்தில் இருந்தும் சரி.”

“ம்ம்ம்.”

“தெரவாடா பௌத்தம் என்ன சொல்கிறது? நம் புத்தர் எப்படிக் கருவானார்? அரசி மாயா ஆறு தந்தங்கள் கொண்ட ஒரு வெள்ளை யானை தன் வயிற்றின் வலப்பகுதியில் புகுவது போல் கனவு காண்கிறாள். அப்புறம் பாரத நாடு தெரியுமல்லவா? அங்கு இந்து மதத்தில் தேவர்களின் அரசன் இந்திரன் என்பவனின் வாகனம் ஐந்து தலைகள், நான்கு தந்தங்கள் கொண்ட ஐராவதம் என்ற வெண்களிறு. வெள்ளை யானை என்பது தெய்வாம்சம். அது நம்முடன் இருப்பது நமது வெற்றிகளையும் உறுதி செய்யும், உங்கள் பாதுகாப்பையும்.”

“பிரமாதம், தேவி. உனது வசீகரம் என்பது முலையில் மட்டுமல்ல; மூளையிலும்தான்.”

“நேற்று வேறொரு வசனம் சொன்னீர்களே!”

“என்ன அது? மறந்து போனேன், நினைவூட்டு.”

“மனதிலிருந்து வந்திருந்தால் மறக்குமோ?”

“வசனங்களை கேட்பவர்கள்தாம் நினைவில் நிறுத்துவார்கள். சொல்பவர்கள் அல்ல.”

“ம்.”

“சொல், அப்படி என்ன சொன்னேன்?”

“தாயின் மடியும் தாரத்தின் பிருஷ்டமும்தான் உலகின் மகத்தான தலையணைகள்.”

“அடடா! ஆனால் அது பிற்போக்குச் சிந்தனை, தேவி. இன்று முற்போக்குக்கான நாள்.”

சொல்லி விட்டு மல்லாக்கப் படுத்திருந்த யாழ தேவியின் மீதேறி அவளது ஆடைச் சுமை நீக்கினான் பயின்னவுங். நன்கு வளர்ந்த ஆண் யானையின் பரிசுத்தமான தந்தத்தைப் போல் பளீரிட்ட அவளது கொழுப்பு படர்ந்த வயிற்றில் முத்தமிட்டு விட்டுச் சொன்னான் -

“வெள்ளை யானைகளை அடைவேன். ஆனால் என் அதிர்ஷ்ட வெண்களிறு நீதான்!”

விடிந்ததும் அயுத்தயா ராஜ்யத்துக்குத் தூதுவனை அனுப்பினான் பயின்னவுங். மன்னன் மஹா சக்கரபத் சற்றும் யோசிக்காமல் மறுத்து பதிலனுப்பினான் - "சியாம் மண்ணின் வெண்களிறைத் தருவது நாட்டின் மஹாராணியைத் தருவதற்குச் சமானம். முடியாது. மறுத்தால் போர் மூளும் என்றால் அதையும் சந்திக்கத் தயார். வரலாறு திரும்பட்டும்."

பயின்னவுங் உண்மையில் அந்தக் கணம் வரையிலும் யுத்தம் நடத்துகிற எண்ணத்தில் இருக்கவில்லை. ஆனால் அந்தக் கடைசி வரியில் பதினைந்து ஆண்டுகளுக்கு முந்தைய பர்மாவின் தோல்வியை மஹா சக்கரபத் எள்ளலாக அடிக்கோடிட்டிருந்தது எரிச்சலை ஊட்டியது. யாழ தேவி மேலும் அவனைச் சீண்டி விட - "கேட்டுப் பெற்றால் இரு வெண் களிறுதான், வென்றெடுத்தால் நான்கும் நமதே!" - அவசரமாகப் போர் தொடங்கியது.

அயுத்தயா ராஜ்யம் அறுபதினாயிரம் பர்மியப் படையினரால் சுற்றி வளைக்கப்பட்டது. போர்த்துக்கீசியக் கப்பல்களையும் பீரங்கிகளையும் பயின்னவுங் இறக்கினான். மூன்று நாட்களில் சியாம் கோட்டை வீழ்ந்தது. அரசன் மஹா சக்கரபத் சரணடைந்து சமாதான உடன்படிக்கைக்கு ஒப்புக் கொண்டான். அயுத்தயா அரசு தவுங்கூ ராஜ்ய ஆளுகைக்குக் கீழ் வர வேண்டும், மஹா சக்கரபத் பர்மாவில் கைதியாக இருக்க வேண்டும் என்பதோடு சியாமில் இருந்த நான்கு வெள்ளை யானைகளையும் பர்மாவுக்குத் தந்து விட வேண்டும்.

மஹா சக்கரபத்திடம் பயின்னவுங் சொன்னான்: "உன் மஹாராணியைப் பார்த்தேன். மாதவிலக்கு நின்று விட்டதா நிற்கப் போகிறதா எனத் தெரியவில்லை. ஆனாலும் நீ இந்த அற்புதமான வெள்ளை யானைகளோடு அக்கிழவியை ஒப்பிட்டிருக்கக்கூடாது."

பயின்னவுங் மீது வெறுமையாக ஒரு பார்வையை வீசினான் மஹா சக்கரபத். பிறகு சொன்னான்: "பொறுத்துப் பார், என் மண்ணின் யானைகள் உன் ராஜ்யம் அழிக்கும்."

யாழ தேவியின் ஆலோசனைப்படி நான்கு வெண் யானைகளையும் தேசத்தின் நால் திசைகளிலும் இருத்தி வைக்க முடிவானது. அதுவே சகல திக்குகளிலும் நாட்டிற்கு வெற்றியையும் காப்பையும் அளிக்கும் என நம்பினாள். பர்மிய எல்லையிலிருந்து பாதுகாப்பான

தொலைவில் கானகப் பகுதிகள் கண்டறியப்பட்டன. அங்கே யானை வாழும் நல்ல சூழல் கொண்ட வகையிலான சிறப்பு முகாம்கள் அமைக்கப்பட்டன.

அப்படிப் பர்மாவுக்கு வந்த நான்கு வெண் வேழங்களில் ஒன்று ரத்த நந்தகா. சியாம் தேசம் இருக்கும் மேற்கு திசையில் உள்ள வனப் பிரதேசத்தில் அது நிறுத்தப்பட்டது.

★

சுமார் இருபதாண்டு யானைப் பாகனாக இருந்து அனுபவமேறிய நரது ரத்த நந்தாவின் முதன்மைக் கவனிப்பாளனாகப் பணியமர்த்தப்பட்டான். அவன் குடும்பத்துடன் சிறப்பு முகாமுக்கு குடிபெயர்ந்தான். குடும்பம் என்பது அவன், அவனது மனைவி சந்தா, அவளது தங்கை தம்மா என்ற மூவர். அவர்கள் போக, அம்முகாமின் நீர், நிலம், மரம், மிருகத்தைப் பராமரிக்கச் வேலையாட்களும், காவல்காரர்களும் இருந்தார்கள். யாவரும் நரதுவின் கட்டளைக்குக் கீழ்ப்படிந்தவர்கள். அங்கே ஓர் நிலச்சுவான்தார் போல் இருந்தான் நரது.

முகாமின் மையத்தில் பெரிய கொட்டடி இருந்தது. உயரக் கூரை வேய்ந்த பரந்து விரிந்த இடம். அங்கிருந்து குரல் கேட்கும் தொலைவில் ஒரு குடில். அங்கே நரதுவின் குடித்தனம். சற்று தொலைவில் ஒரு பெரிய ஏரி. யானை குளிக்கவும் களிக்கவுமான நீர்நிலை அது. அது போக ஒரு கரும்புக் காடு, யானை திரிவதற்கேற்ற சிறிய வனப் பகுதி, முறித்து விளையாட ஏதுவான மூங்கில் மரங்கள் நிறைந்த பிரதேசம் எல்லாம் இருந்தது. அந்த முகாமைச் சுற்றிச் சற்று சீரற்ற வட்டமாக எல்லைக் கோடு இட்டது போல் முள் வேலி.

நரதுவுக்கும் சந்தாவுக்கும் திருமணமாகிப் பத்தாண்டுகள் தீர்ந்தும் மகவு இல்லை. அது பற்றிய குறை அவர்கள் இருவர் மனதிலும் வடுவாக இருந்தது. அது யார் மீதான குறை என்ற வினாவுக்குள் போகாமல் சமூகம் காக்க தாம்பத்ய உறவுதான் துணை நின்றது. இருவரும் பரஸ்பரம் பிய்த்துத் தின்று பின்னிக் கிடக்காத இரவுகள் அரிது. சில சமயம் பகல்களும் கூட கூசிக் கண் மூடிக் கொண்டன. திகட்டாத இன்பத்தில் திளைத்தார்கள். ஆனால் அவர்கள் என்ன செய்தும் சந்தாவின் வயிறு மட்டும் மௌனமாகவே இருந்தது.

மிகச் சில தினங்களில் யானையைக் கையாள நரதுவுக்கு உதவியாக இருக்க மின்சா அங்கே வந்து சேர்ந்தான். அவனுக்குப் பதின்மம் தீர்ந்து கொண்டிருந்தது; பதிலாக மீசை அடர ஆரம்பித்திருந்தது. மூன்று திங்கள்கள் முன் மின்சா முதலில் ரத்த நந்தகாவையும் பின் தம்மாவையும் ஒரே நாளில் பார்த்தான். இருவருமே தன் வாழ்வில் பெரும் மாற்றம் உண்டாக்கப் போகிறார்கள் என்பது முதல் பார்வையிலேயே புரிந்து விட்டது அவனுக்கு.

முதலில் தம்மா சிறுமி என்றே அவனுக்குத் தெரியவில்லை. பருவப் பெண்ணுக்குரிய அகலம் கொண்டிருந்தாள். பேசிப் பழக ஆரம்பித்த சில நாட்களில் விஷயம் புரிந்தது. ஒரு வகையில் மின்சா காத்திருந்தான். சொற்களில், செயல்களில் குழந்தையாகவும் குமரியாகவும் மாறி மாறி விளையாட்டு காட்டிக்கொண்டே இருந்தாள் தம்மா.

ஆனால் தம்மா எந்த விகற்பமும் இல்லாமல் மின்சாவுடன் பழகினாள். அவளுக்கு அந்த வெள்ளை யானை மீது ஒரு கவர்ச்சி இருந்தது. ஆனால் நரது எவரையும் அதன் அருகே நெருங்க விடுவதில்லை. சந்தாவே அதனிடம் தள்ளித்தான் நிற்க வேண்டும். மின்சாவும் உடனிருந்து ஒத்தாசைகள் செய்யலாமே ஒழிய ரொம்ப நெருங்கச் சந்தர்ப்பம் இல்லை. அரச கட்டளையும் அதுவே. அது புனிதம். நரதுவே கூட அனாவசியமாக அதன் மீது ஏறக் கூடாது. அதன் மீது பொறுப்பு மட்டுமே அவனுக்கு இருந்தது; உரிமைகள் ஏதும் இல்லை.

தம்மா தனக்கும் ரத்த நந்தகாவுக்குமான பாலமாக மின்சாவைப் பார்த்தாள். அது போக, பாதுகாப்பு கருதி அந்த யானை முகாமிற்கு அருகே மற்ற குடியேற்றங்கள் ஏதுமில்லை. எனவே அத்தனித்த வனாந்திரத்தில் அவள் வயதொத்த ஒரே தோழனும் அவன் மட்டுமே.

தம்மாவுக்கு யானைகள் புதிதல்ல. நரது மட்டுமல்ல, அவளது தகப்பனாரும் காடுகளில் பிழைப்புப் பார்த்தவர்தான். ஆனால் அவள் அது வரை வெண் யானை என்ற ஒன்றைப் பார்த்ததே இல்லை. அதனால் ஆர்வமாக வந்தாள். அவள் முதலில் ரத்த நந்தகாவைப் பார்த்ததும் ஏமாற்றமே மிஞ்சியது. அவள் எதிர்பார்த்து வந்தது வெள்ளை வெளேரென வான் மேகப் பொதி போல் ஒரு பிரம்மாண்டத்தை. ஆனால் ரத்த நந்தகா அத்தனை

வெள்ளையாக இல்லை. வழமையான யானையின் வெளிறிய வடிவமாகவே இருந்தது. சற்றே சிவப்பும் கொஞ்சம் பழுப்பும் புணர்ந்து உருவான வண்ணம் கொண்டிருந்தது. முழுக்க நீரில் நனைந்து எழுகையில் ஒருவிதமான இளஞ்செம்மை நிறத்தை எட்டியது.

ரத்த நந்தகாவின் உடலில் அவள் எதிர்பார்த்தது போல் மாசு மருவற்ற வெண் வண்ணம் தரித்திருந்தது அதன் வளைந்த, வலுத்த தந்தங்கள் மட்டுமே. ஒவ்வொரு முறை அந்தத் தந்தங்களைக் காணும் போதும் தம்மாவுக்கு உடலெங்கும் ஒருவிதப் பரவசம் பரவும். அவற்றை ஸ்பரிசித்துப் பார்க்கும் இச்சை எழும். ஆணுக்கு மீசை போல் ஆனைக்குத் தந்தம் என்று தம்மாவுக்குத் தோன்றும். அதற்குரிய கம்பீரத்தை அதுவே அளிக்கிறது.

ரத்த நந்தகா என்ற அதன் பெயரே முதலில் தம்மாவுக்கு வாயில் நுழையவில்லை. தம்மா, சந்தா என்ற எளிமையான பெயர்கள் வைத்தால் என்ன என நினைத்தாள். மின்சாதான் அவளுக்கு அதிலிருக்கும் அரசியல் சூட்சமங்களை விளக்கினான். பாலி பாஷையில் ரத்த நந்தகா என்பதன் பொருள் தேசப் பிரியம், முடிவற்ற மகிழ்ச்சி, செல்வச் செழிப்பு. தன் பெயருக்கும் அது போல் ஏதாவது ஓர் அர்த்தம் இருக்குமோ என்று யோசித்தாள் தம்மா.

மின்சாவிடம் கேட்ட போது “அனேகமாகப் பேரழகி என்பதாக இருக்கும்” என்று அவன் சொன்னான். அவள் சட்டெனத் திரும்பி அவனைப் பார்த்துக் கலகலவென சிரித்தாள்.

மின்சா அபினி நுகர்ந்தது போல் உற்சாகமாகி அவளை நெருங்கிப் புன்னகை ஈந்தான்.

★

அந்த முகாம் வந்ததில் இருந்தே ரத்த நந்தகா ஒரு விதப் பதற்றத்துடன்தான் இருந்தது. எவருடனும் இணக்கம் காட்டவில்லை. ஒருவித ஆக்ரோஷம் அதை ஆக்ரமித்திருந்தது.

புது நிலம், புது மனிதர்கள் என்ற சூழற்சிக்கல் காரணமாக இருக்கும் என நரது முதலில் நினைத்தான். ஓரிரு வாரத்தில் சரியாகி, இயல்பாகி விடும் என்றுதான் எதிர்பார்த்தான். ஆனால்

அப்படி ஏதும் நடக்கவில்லை. அது அவனிடம் தன்னை ஒப்புக் கொடுக்கவே இல்லை. பெரிய பெருமூச்சுகள் அதனிடமிருந்து சதா வெளிப்பட்டுக் கொண்டிருந்தன. கண்கள் சிவந்தே காணப்பட்டன. அதன் கால்கள் எப்போதும் எதையேனும் மிதித்தெறிய வேண்டும் என்ற பசியுடன் இருப்பது போல் தென்பட்டது. எல்லோரும் அதை நெருங்கத் தயங்கினார்கள். யானைகளுடன் அத்தனை அனுபவம் கொண்ட நரதுவே எப்போதும் ஓர் அச்சத்துடனே அதனை அணுக வேண்டி இருந்தது. எல்லாவற்றுக்கும் உச்சமாக யானை அங்கே வந்த ஒரு மாதத்துக்குப் பின் அதைக் கண்டு அதன் நிலை பற்றிக் குறிப்பெழுதிப் போக வந்த இரு அரசுப் பிரதிநிதிகளை ஓட ஓடத் துரத்தித் தூக்கித் தூரமாக எறிந்தது. அதில் ஒருவனுக்கு இடுப்பெலும்பு உடைந்தது. மற்றவன் பயத்தில் சுவாதீனம் கெட்டான்.

பயின்னவுங் கவலைப்பட்டான். அவனுக்கு மஹா சக்கரபத் சரணடையும் போது வெண் யானை பர்மாவை அழிக்கும் என்று சொன்ன எச்சரிக்கை நினைவு வர, யாழ தேவியிடம் புலம்பினான். அவள் கொஞ்சமும் பதறாமல் அவனைப் பொறுமை காக்கச் சொன்னாள்.

“மனிதன் எப்படி மாற்றத்துக்கு மனமொப்ப மாட்டானோ அப்படியே குஞ்சரங்களும்!”

“நரனும் ஆனையும் ஒன்றா?”

“அரசே, யானை பல விஷயங்களில் மனிதனைப் போன்றதே. இன்னும் சொன்னால் சில பழங்குடிகளிடம் ஒரு கதை உண்டு - மனிதன்தான் யானையாக மாறி விட்டான் என.”

“அப்படியா!”

“ஆம். சிறு வயதில் நான் கேட்ட கதை. ஓர் ஊருக்கு ஒரு துறவி வந்தார். அங்கே வாழ்ந்த ஓர் ஏழை அவரிடம் போய் தான் பெரும் பணக்காரனாக வேண்டும் எனக் கோரினான். துறவி புன்னகையுடன் ஒரு களிம்பை அவனுக்குக் கொடுத்து அதை அவன் மனைவியின் கோரைப் பற்களில் தடவச் சொன்னார். அவனும் பெண்டாட்டியிடம் கெஞ்சிக் கூத்தாடி அதற்குச் சம்மதிக்க வைத்தான். சில தினங்களில் அவளது பற்கள் கையின் நீளத்துக்குப் பெரிதாக வளர்ந்தன. அவை தந்தங்களாகப்

பளபளத்தன. மனைவியின் வலியைப் பொருட்படுத்தாமல் ஏழை அவற்றை வெட்டிக் கொண்டு போய் சந்தையில் விற்றான்."

"ஐயய்யோ!"

"கேளுங்கள். பணம் கையில் நிறைந்தது. ஏழை அன்று இரவு வந்து மறுபடி மனைவியின் கோரைப் பற்களில் களிம்பு தடவினான். கண்ணீருடன் அவள் பொறுத்துக் கொண்டாள். ஆனால் இம்முறை தீர்மானித்து விட்டாள் - தந்தங்களை வெட்ட அனுமதிக்கக்கூடாது. வளர்ந்ததும் அவன் வெட்ட எத்தனிக்க, அவள் முரண்டு பிடித்து மறுக்க, அவர்களுக்குள் சண்டை வந்தது. கணவன் செய்வதறியாது திகைத்து நின்றான். கெஞ்ச ஆரம்பித்தான். அவள் இரங்கவே இல்லை. இறங்கி வரவே இல்லை. மெல்ல அவளது உடலும் பெரிதாக வளர்ந்தது. சில நாட்களில் அவள் ஒரு முழு யானையாகிப் போனாள். அந்த வீட்டையும் புருஷனையும் விட்டு காட்டுக்குப் போனாள். அங்கே குட்டிகள் ஈன்றாள். அதுதான் முதல் யானைச் சந்ததி. அப்படி மனுஷிதான் இப்பூமியில் யானை இனமாக மாறிப் போனாள்."

"..."

"அதனால் பெண்ணின் அத்தனை அற்பத்தனங்களும் யானையிடம் இருக்கும். அதில் ஒன்றுதான் இந்த வெள்ளை யானையிடம் இருக்கும் காரணமற்ற முரட்டுப் பிடிவாதம். ஆனால் அதே சமயம் பெண்ணின் அத்தனை தாய்மையும் அருளும் யானையிடம் குடி கொண்டிருக்கும். பொறுமையாக இருங்கள். சரியாகும். எல்லா இரவும் விடிந்தே தீரும்."

பயின்னவுங் அதை அப்படியே விட்டு விடத் தீர்மானித்தான். நரது அதன் பராமரிப்புக்குத் தேவையானதை அரசாங்கத்திடம் விண்ணப்பித்து வாங்கிக் கொள்ளலாம். மாதம் ஒரு முறை நரது அது பற்றி அரசுக்கு அறிக்கை தர வேண்டும். அரசு எவ்வகையிலும் ரத்த நந்தகாவைத் தொந்தரவு புரியாது. அப்படித்தான் மாதங்கள் சில ஓடிப் போயிருந்தன.

மின்சா நரதுவுக்கு உதவியாளனாக வந்து சேர்ந்தது அந்தச் சலுகையில்தான். அவனுக்கு யானைக்குப் பக்குவமாகக் கவளம் உருட்டவும், அதன் லத்தியை அள்ளித் தள்ளவும், அதன் பெருவுடலைக் குளிப்பாட்டிச் சுத்திகரிக்கவுமான கடமைகள் அளிக்கப்பட்டன.

மின்சா நரதுவின் பணியைப் பாதி ஆக்கினான். ஆனால் அவனுக்கு முக்கியச் சவாலாக இருந்தது ரத்த நந்தகாவைச் சமாதானப்படுத்த, சாந்தப்படுத்த இயலவில்லை என்பதே.

நரது தனக்குத் தெரிந்த வித்தைகளை எல்லாம் அதனிடம் பிரயோகித்துப் பார்த்தான். தோல் கருவிகளை வைத்து ஓசை எழுப்பி இரவுகளில் அதனைத் தூங்க விடாமல் செய்து பார்த்தான். உறக்கமின்மை அதனைப் பலவீனமாக்கி இறுதியில் அடி பணியச் செய்யும் என்பது எதிர்பார்ப்பு. ஆனால் அது இரவில் விழித்திருந்து விட்டு பகலில் நன்றாக உறங்க ஆரம்பித்தது. அதற்குத் தரும் கவளங்களின் ருசியைக் குறைத்தான், அடுத்து அளவைக் குறைத்துப் பார்த்தான். அதன் நடமாட்டம் முடக்க, பெரும்பாலான நேரம் சங்கிலியால் பிணைத்தே வைத்துப் பார்த்தான். ஆனால் எதற்கும் ரத்த நந்தகா மசியவே இல்லை.

அடுத்து நரது தன் அங்குசத்துக்குப் பழகிய மற்ற யானைகள் வைத்து அதனை மிரட்டப் பார்த்தான். ஆனால் ரத்த நந்தகாவை விட அளவில் பெரிய யானைகளும் கூட அதன் மூர்க்கத்துக்கு அஞ்சிப் பின்வாங்கின. இறுதி முயற்சியாக ஒரு பெண் யானையை ரத்த நந்தகாவிடம் அழைத்து வந்தான். இரண்டும் நெருங்கி பரஸ்பரம் மோப்பம் பிடித்துக் கொண்டு உரசின. சட்டென ரத்த நந்தகா அந்தப் பெண் யானையை தனது தந்தத்தை வைத்து இடித்துத் தள்ள, அது உயிரைக் கையில் பிடித்துக் கொண்டு தெறித்தோடியது.

அதற்கு மென்மையாக மதம் பிடித்திருக்கிறதோ என்று கூட அவனுக்குத் தோன்றியது.

வெண்களிறுகளை எவ்வகையிலும் உடலளவில் துன்புறுத்தக்கூடாது என்பது பர்மிய அரசின் சட்டம். அது ராஜதுரோகத்துக்கு இணையாகக் கருதப்படும். பாகன் அங்குசம் வைத்துக் கொள்வது கூட யானையை மிரட்ட மட்டுமே; குத்திக் காயப்படுத்தக் கூடாது. மீறியவர்களுக்குக் கடும் தண்டனை உண்டு. வெள்ளை யானைகள் குறைவு என்பதால் இதெல்லாம் ஒரு பிரச்சனையாக இருக்கவில்லை. பொதுவாகப் பாகன்கள் வெள்ளை யானையைப் பராமரிக்க முன்வருவதில்லை. அதனால் இவ்வேலைக்கு வருவோருக்குப் பெருஞ்சம்பளமும் நல்ல வசதிகளும் செய்து தருவது வழக்கம். நரது அது நாள் வரை வெண்களிறுகளைப்

பார்த்துக் கொண்டவன் அல்லன். ஆனால் இம்முறை வசதிகளின் பொருட்டு முயற்சி செய்து பார்க்க எண்ணி, அரசு கேட்ட போது ஒப்புக் கொண்டான்.

மின்சாவுக்கு சிறந்த யானைப் பாகனாக வேண்டும் என்பதுதான் வாழ்நாள் லட்சியம். அவனுக்கு யானையை நெருங்கிக் கையாள, குறிப்பாக அதன் மீதேறிச் சவாரி செய்ய ஆர்வமும் தைரியமும் இருந்தது. ஆனால் அதற்கான வாய்ப்பு அமையவே இல்லை. நரது கண்டிப்பானவன் என்பது முக்கியக் காரணம். ஒரு முறை மின்சா யானைக்குக் குளியல் காட்டிக் கொண்டிருந்த போது சற்று நேரம் அதன் முதுகிலேறி அமர்ந்ததை நரது பார்த்து அவனை அறைந்து விட்டான், அதுவும் தம்மா முன்பாக. அவள் அவன் மீது பரிதாபப்பட, அவன் தடுமாறி யானைச் சாணி அள்ளும் கூடை மீது விழுந்தது கண்டு சந்தா மெல்லச் சிரித்தது போலிருந்தது. சந்தா சிரித்ததை விட தம்மாவின் பரிதாபம் அதிகம் வலித்தது. அதிலிருந்து அவன் தனது கடமைகளைத் தாண்டி ரத்த நந்தகாவைத் தீண்டுவதில்லை.

அப்படி அவன் கட்டுப்பாடு காத்திருந்த போதுதான் தம்மா வந்து மின்சாவிடம் கேட்டாள் - ரத்த நந்தகாவின் முதுகிலேறிச் சவாரி போக வேண்டும் என. மின்சாவை ஒரு பக்கம் தயக்கம் உந்த, தம்மாவின் கெஞ்சல் முகமும், அவனது காதல் மனமும் அதை உதாசீனம் செய்தது. உடனே உற்சாகமாக ஒப்புக் கொண்டான். மின்சாவின் தயக்கத்துக்கு நரது மட்டும் காரணமல்ல; ரத்த நந்தகா பிளிறிக் காட்டிக் கொடுத்து விட்டாலோ, வெறியேறி ஏதும் அசம்பாவிதச் செயல்கள் நடத்தி விட்டாலோ என்ற கவலையும்தான். ஆனால் தன்னை நம்பிக் கேட்டவளிடம் தன் வீரம் நிரூபிக்க நல்ல சந்தர்ப்பம் அது. தம்மாவின் மனதில் நெருக்கமாக, அழுத்தமாக இடம் பெற அழகான வாய்ப்பு. எனவே மின்சா தவற விட விரும்பவில்லை. நரது இரவில் கள் அருந்தும் நாள் அதற்குத் தேர்ந்தெடுக்கப்பட்டது.

நரதுவின் கள்ளும் கலவியும் முடிந்து தேகம் சாய்த்துக் கண்ணயர்ந்து குறட்டை விட்ட பிறகு தம்மா சற்றும் சப்தம் எழுப்பாமல் மெல்ல எழுந்து குடிலின் கதவின் தாழ் நீக்கித் திறந்து, சற்று தூரத்தில் இருக்கும் யானைக் கொட்டடிக்கு வந்து விட வேண்டும். அங்கே மின்சா அவளுக்காக உறங்காமல் காத்திருப்பான். பின்

யானையை எழுப்பி அதன் மீது இருவரும் சிறிது தூரம் சவாரி செய்து விட்டுத் திரும்புவதுதான் திட்டம். பின் அவள் வந்த வழியே மறுபடி குடிலுக்குப் போய்ப் படுத்துக் கொண்டு விடுவது. எளிமையான ஏற்பாடு.

அப்படித்தான் அந்த இரவில் தம்மா சிறுமியாக யானை மீதேறி குமரியாக இறங்கினாள்!

மறுநாள் தம்மா ருதுவடைந்த செய்தி முகாமில் அறிவிக்கப்பட்டது. அது அவர்கள் மரபு.

வயதடைந்த பெண்ணை எல்லோரும் பொறுப்புடன் அணுக வேண்டும் என்பதற்கான ஏற்பாடு. ஆடவர்கள் அந்தப் பெண்ணை அதன் பிறகு தொடத் தடை, உற்றுப் பார்க்கக் கூடாது, உறுத்தலாகப் பேசலாகாது. ஓரிரு நாளில் குறைந்த அளவிலான உறவினர்கள் அந்த முகாமுக்கு வரவழைக்கப்பட்டு பூப்படைதல் சடங்குகளும் சம்பிரதாயங்களும் நிறைவேற்றப்பட்டன. அதன் ஒரு பகுதியாக தம்மா சிறுமிக்கான உடைகளை விடுத்து பெண்ணின் உடைகளைத் தரித்தாள். விதவிதமான இனிப்புப் பண்டங்கள் அவளுக்கு வழங்கப்பட்டன. மாதா மாதம் வயதுக்கு வந்தால் நன்றாக இருக்குமே என அவளுக்குத் தோன்றியது. இளம் பெண்கள் அவளைச் சூழ்ந்து கொண்டு ஆபாசக் கேலி செய்தனர். அவர்களை விரட்டி விட்டு சில கிழவிகள் அவளது காதோடு காதாக அறிவுரைகளும் எச்சரிக்கைகளும் சொன்னார்கள். மின்சா பார்த்த அளவில் தம்மா முதன் முறையாக வெட்கப்பட்டாள். அவனுக்குத் தடை நீங்கித் தன் பாதை தெளிந்தாற் போலிருந்தது.

தம்மா யோசித்தாள். அவள் உடல் இளகிப் பிளந்த போது அவளை ஸ்பரிசித்திருந்தது இரு ஆண்கள். ஒன்று ரத்த நந்தகா, மற்றது மின்சா. மின்சாவைப் புதிதாகப் பார்த்தாள். அழகன்தான். தன் அக்காள் கணவனை விடவும் மென்மையானவன், தன்மையானவன். அக்குளிர் பிடித்த இரவில் யானையில் அவளை ஏற்றிப் பின் தான் ஏறி அவளது இடை சுற்றிக் கரம் போட்டுப் பாதுகாப்பாக அணைத்துக் கொண்ட மின்சாவின் லாகவம் நினைவில் வந்தது. வாழ்நாள் முழுக்க அந்தக் கையின் அணைப்பிற்குள் இருப்பது சொகுசுதான். அப்படி எண்ணிய போது என்ன நினைப்பு இது என்று அச்சப்பட்டாள்.

ஆனால் அவனை நினைக்கச் சுகமாக இருந்தது. பெரியவளான பின் சந்தா அவளுக்கு நிறையக் கட்டுப்பாடுகள் விதித்தாள். எனவே மின்சாவைப் பார்க்கவும் பேசவும் தம்மா உறுத்தாத காரணங்களை உண்டாக்கிக் கொண்டாள். அவனை நிறைய கவனித்தாள்.

சரியாகச் செதுக்கப்படாத மீசை அவன் முகத்தை மேலும் ஈர்ப்புக்குரியதாக்குவதாகத் தோன்றியது. அவன் ஒருமுறை அவளது பெயரின் பொருள் 'பேரழகி' என்று சொன்னதை எண்ணி எண்ணி நாணம் கொண்டாள். எனில் அவனுக்கும் தன் மீது சாய்வு இருக்கிறது எனக் கணித்தாள். ஆனால் அவனே தன் விருப்பம் சொல்லட்டும் எனக் காத்திருந்தாள்.

அதன் பின் தம்மாவும் மின்சாவும் அவ்வப்போது இரவுகளில் திருட்டுத்தனமாக யானை மீது உலாப் போக ஆரம்பித்தனர். மின்சாவின் தீண்டலில் மெல்லிய மீறல்கள் இருந்தன என்பதை தம்மா உணர்ந்து தனக்குள் புன்னகை செய்து கொண்டாள். அவளது ஒப்புதல் மின்சாவை மேலும் உற்சாகம் ஆக்கி முன்னேற உந்தியது. தம்மா பருவமடைந்ததில் இருந்து சரியாக ஒரு திங்கள் கழிந்து ஒரு பௌர்ணமி நாளில் ரத்த நந்தகாவின் மீது இருவரும் அமர்ந்திருந்த தருணத்தில் பின்னிருந்து அவளது கழுத்தோரம் முத்தமிட்டு மின்சா தன் காதலை வெளிப்படுத்தினான். அவள் கிறங்கி, "ம்ம்ம்" என்ற இழுவையில் சம்மதம் சொன்னாள். பூரணை பால் பொழிய, வெண்வாரணம் உற்சாகமாக நடந்தது.

பெண்மை திறந்து பருவத்துக்கு வந்ததுமே கள்ளத்தனம் பெண்ணுக்குள்ளே நுழைந்து விடுகிறது. உடன் காதலும் சேர்ந்து விட்டால் கள்ளம் இரட்டை மடங்காகி விடுகிறது. பின் தம்மா நிறைய மறைத்தாள், மழுப்பினாள், மெய் திரித்தாள், பொய் சொன்னாள். அவளே வியக்கும் வண்ணம் நரதுவுக்கும் சந்தாவுக்கும் அவள் மீது ஒரு சந்தேகமும் எழவில்லை.

சந்தா நரதுவிடம் சொன்னாள் - தங்கை வயதுக்கு வந்து விட்டதால் இனி ராத்திரிகளில் சற்று கவனமாக நடந்து கொள்ள வேண்டும் என. அவன் அதைப் பெரிதாக லட்சியம் செய்யவில்லை. அந்தக் குடில் மிக எளிமையான கட்டமைப்பு கொண்டிருந்தது. வாசல் கதவைத் திறந்து உள்ளே நுழைந்ததும் ஒரு பெரிய அறை. இடப்புறம் சமையல் கூடம், வலப்புறம் ஒரு சிறிய அறை. அந்தப்

பெரிய அறையில் சந்தாவும் நரதுவும் படுத்துக் கொள்கிறார்கள். வலப்புறச் சிறிய அறையில் தம்மா படுத்துக் கொள்கிறாள். சிறிய அறைக்குக் கதவு உண்டு என்றாலும் பெரிய அறையின் சப்தங்கள் அங்கு எட்டுவதைத் தவிர்க்க முடியாது. எனவே சந்தாவுக்கு சமீப நாட்களில் ஒரு சங்கடம் புகுந்திருந்தது.

தம்மா மாதாந்திர சுழற்சிகளில் சுகாதாரமாகப் புழங்குவதைக் கற்றுக் கொண்டாள். தன் உடலின் மாற்றங்களைக் கவனித்தாள். மார்பும், இடையும், புட்டமும், தொடையும் ஒரு மாதிரி சிற்பம் போல் வடிவெடுப்பதை உணந்தாள். தன் பொன்னுடலில் சுகத்தின் ஒரு பெரும் பொக்கிஷம் பல்வேறு புள்ளிகளில் ஒளிந்திருப்பதைக் கணிக்க முடிந்தது.

வழி தெரிந்து விட்டாலும் தம்மா சுயஇன்பம் செய்யவில்லை. அந்த இன்பத்தை முதலில் மின்சாவிடம் நேரடியாகவே அடைய வேண்டும். கண் மூடிய கற்பனையாக வேண்டாம். போக, தன்னை முழுதாக அவனுக்குத் தர வேண்டும், தானாகச் சந்தோஷப்படுத்திக் கொள்ளும் பழக்கம் மின்சாவுக்குத் தான் அளிக்கும் இன்பத்தை குறைத்து விடலாகா.

யானையின் முரட்டுத்தனம் மட்டுப்பட்டாற் போல் தோன்றியது. நரதுவை விடத் தான் அதன் சூட்சமங்களை அறிந்து கொண்டு கையாள்வதால்தான் என மின்சா எண்ணிக் கொண்டான். தான் நல்லதொரு பாகன் என்ற பெருமிதம் அவனிடம் ஒட்டிக் கொண்டது.

தம்மா சமயம் கிட்டும் போதெல்லாம் யானையின் சருமத்தைத் தொட்டுப் பார்த்தாள். உண்மையில் அந்தச் சாம்பல் நிறமின்மை ஒரு வியாதிதான் என்று மின்சா சொன்னான். அத்தனை சொகுசையும் தாண்டி அதைப் பார்த்தால் தம்மாவுக்குப் பாவமாக இருந்தது.

தம்மா ரத்த நந்தகாவை நெருங்கி ஆராயும் போதெல்லாம் அது சாந்தமாகவே இருந்தது. அம்மிருகம் தன்னிடம் மட்டும் பிராணியாக மாறி விடுவதாக அவளுக்குத் தோன்றியது.

★

பாகம் 2: உடல்

தம்மா வழக்கம் போல் கொட்டடியில் இருந்த நரதுவுக்கும் மின்சாவுக்கும் குடுவையில் தேநீர் எடுத்துப் போய் கோப்பையில் ஊற்றினாள். மின்சா அதைப் பருகியபடி கேட்டான்.

“அண்ணா, இந்த வெள்ளை யானை ஏன் இப்படி இருக்கிறது?”

“இப்படி என்றால்?”

“அமைதியற்று.”

“ம்ம்ம். அதைக் கேட்கிறாயா! இதற்குப் பின் ஒரு சிறிய கதை இருக்கிறது என்கிறார்கள்.”

“என்ன அது?”

“துயரக் கதை. பரவாயில்லையா?”

“சொல்லுங்கள்.”

தேநீர் பருகிக் காலிக் கோப்பைகளைத் தரும் வரை காத்திருந்து அவற்றை வாங்கிப் போவது தம்மாவின் வழக்கம். அன்று அப்பேச்சு ஆர்வம் ஊட்டியது. அவர்கள் சீக்கிரம் தேநீர் பருகி விடக்கூடாதே எனக் கவலைப்பட்டாள். அப்புறம் அங்கே நிற்க முடியாது.

“ரத்த நந்தகாவுக்கு ஒரு பெண் துணை உண்டு. அதன் வழி ஓர் அழகிய குட்டி யானையும் இருந்துள்ளது. பெட்டைக் குட்டி என்கிறார்கள். நம் ஆட்கள் சியாம் ஆக்ரமிப்புப் போரில் வெற்றி பெற்று ரத்த நந்தகாவை இங்கே அழைத்து வரும் போது குடும்பத்தோடா கூட்டி வருவார்கள்! மனைவியையும் மகளையும் அங்கேயே விட்டு விட்டு வந்து விட்டார்கள். ரத்த நந்தகா குடும்பத்தைப் பிரிந்த துயரத்தில்தான் எல்லோர் மீதும் எரிந்து விழுகிறது என்கிறார்கள். குறிப்பாக அதன் கலவித் தேவையை யார் நிறைவேற்றுவார்கள், சொல்?”

நரது சொல்லி விட்டு வலக்கை விரல்களை மடக்கிக் குத்துவது போல் சைகை செய்தான். மின்சா நாணத்தில் இளிக்க, தம்மா சங்கடமாகிக் காலிக் கோப்பைகளுடன் நழுவினாள்.

அன்றைய இரவு ரத்த நந்தகா மீதேறி உலாப் போன போது தம்மா மறவாமல் கேட்டாள்

“நரது என்ன அப்படிப் பேசுகிறார்!”

“எப்படி?”

“கேட்டு எனக்குக் காதுகள் கூசி விட்டன. நீயோ வாயெல்லாம் பல்லாக நிற்கிறாய்.”

“எதைச் சொல்கிறாய் தம்மா?”

“ரத்த நந்தகாவின் கதையைச் சொல்லி முடித்து விட்டு...”

“ஓ! அதுவா! உண்மைதானே அது!”

“கலவி என்ன அவ்வளவு முக்கியமா?”

“இல்லையா?”

“ம்.”

“உன் தனித்த இரவுகளைக் கேளேன்.”

“ம்ம்ம்.”

“நிச்சயமாக கூடல் இன்பம் என்பது மிக முக்கியமானதுதான் தம்மா. மிருகம், மனிதர் என ஒவ்வோர் உயிருக்கும் அத்தியாவசியம். சற்று யோசித்தால் நீரை விட, உணவை விடவும் கூட மேலாக முக்கியமானது என்பேன். உலகை இயக்குவது காமம்தான். உலகம் ஒரு மையப் புள்ளியைச் சுற்றி இயங்க முடியும் எனில் அது பெண்ணின் யோனிதான்.”

“ச்சீய்...”

“இந்த யானை விரக தாபத்தில் இருக்கிறது. இதைச் சாந்தப்படுத்த இங்கே ஒரு பெண் யானையை அழைத்து வந்து கூட்டிக் கொடுக்கப் பார்த்தார்கள். ஆனால் ரத்த நந்தகா அதை நிராகரித்து விட்டது. யானைகள் மனிதர்கள் போல்தான். வாழ்நாளில் ஒரே ஒரு பெண் இணையுடன்தான் வாழும். பிரிந்த தனது இணைக்கு இது ஏங்கிக் கிடக்கிறது.”

“ம். பாவம்.”

“நானும்தான் பாவம்.”

மின்சா சொல்லிக் கண்ணடிக்க, திரும்பி பின்னமர்ந்த அவன் நெஞ்சில் குத்தினாள்.

யானை சமதளமற்ற பரப்பில் ஏறி இறங்கியதில் குலுங்கியது. அவர்கள் இருவரும் விழுவது போல் தடுமாறிச் சீரானார்கள். அந்த ஆட்டத்தைப் பயன்படுத்தித் தகாத இடத்தில் கை வைத்தான் மின்சா. தம்மா வெட்கத்தில் கண்கள் மூடிக் கொண்டாள். சாட்சியாகப் பார்த்திருந்த வெண்ணிலவும் மேகத்தின் பின்னோடிக் கண் மூடியது.

அன்று தைரியம் பெற்று சவாரி முடிந்து ரத்த நந்தகாவை விட்டு இறங்கியதும் அதை மண்டியிடச் செய்து அதன் தந்தங்கள் இரண்டிலும் தன் கைகளை வைத்தாள் தம்மா. அதற்கு நன்றி சொல்வது போல் மத்தகம் எனப்படும் அதன் முகத்தில் முத்தமிட்டாள்.

பாறையைப் போன்ற அந்தப் பிரம்மாண்ட உடல், உயிர் பெற்றது போல் ஒரு கணம் சிலிர்த்தது. அதை அவளால் துல்லியமாக உணர முடிந்தது. திடுக்கிட்டாள். மின்சாவிடம் பரபரப்பாக அதைச் சொன்னாள். அவன் அலட்சியமாக அது அவளது பிரமை என்றான்.

★

காதலையும் கர்ப்பத்தையும் வெகுகாலம் மறைக்க முடியாது என்பது தம்மாவுக்குத் தெரியவில்லை. ஓர் இரவு தம்மா யானைச் சவாரிக்குப் போயிருந்த போது சிறுநீர் கழிக்க எழுந்த சந்தா அவளைக் காணாமல் பதறிக் கண் விழித்துக் காத்திருந்தாள். தம்மா அவளைக் கண்டு அதிர்ந்தபடி தலை குனிந்தபடி குடிலுக்குள் நுழைந்தாள்.

“தம்மா, உன் விருப்பத்தில் தலையிட எனக்கு உரிமை இல்லை. மின்சா என்ற தேர்வில் ஆட்சேபமும் கூட இல்லை. ஆனால் எனக்கு ஒரு கேள்வியும் ஒரு கட்டளையும் உண்டு.”

“ம்.”

“உனது ஒரே சொத்தான கன்னித்தன்மை இன்னும் களங்கமுறாமல் இருக்கிறதா?”

சந்தாவைத் திடுக்கிட்டுப் பார்த்தாள் தம்மா. ‘ஆம்’ என உறுதியாகத் தலையாட்டினாள்.

“உரிய வேளை வரட்டும். நரதுவிடம் பேசிச் சம்மதம் பெற்று உங்கள் திருமணத்திற்கு ஏற்பாடு செய்கிறேன். அது வரை இப்படி இரவில் அலைய வேண்டாம். பகலிலும்தான்.”

“...”

அவ்வளவுதான். வேறு பேச்சில்லை. அவ்விரவு வெகுநேரம் இருவரும் உறங்கவில்லை.

மறுநாள் மின்சா ரத்த நந்தகாவுக்கு வெல்லம் கலந்த சோற்றுக் கவளம் உருட்டி ஊட்டிக் கொண்டிருந்த போது சந்தாவுக்கு விஷயம் வெளிப்பட்டு விட்டதைச் சொன்னாள் தம்மா. கல்யாணம் நடப்பதன் பொருட்டு இந்தத் தற்காலிக விலகலை ஏற்று அமைதி காப்போம் என்று கூறினாள். மின்சாவுக்கு முகமே இல்லை. ஆனால் வேறு வழியும் இல்லை, அரை மனதாய்த் தலையாட்டிச் சம்மதித்தான். பாவமாகத் தோன்றிய அவனைச் சமாதானப் படுத்தும் நோக்கில் அவன் கன்னத்தில் முத்தமிட்டாள் தம்மா. ரத்த நந்தகா பேருடலைச் சிலிர்த்தது. அதன் சிரத்துக்கு நேர் மேலே பறந்திருந்த இரண்டு பட்சிகள் பதறிச் சிதறின.

அன்றோடு தம்மாவும் மின்சாவும் இரவுகளில் யானைச் சவாரி போவது நின்று போனது.

தம்மாவுக்கு எப்போதும் சந்தாவின் கண்கள் அவள் மீதே இருப்பது போல் தோன்றியது. இளஞ்சோடிகள் இருவரும் பார்ப்பது, பேசுவது, பழகுவது அறவே நின்றது. நினைப்பது பன்மடங்கானது, காதல் பெருகி ஓடியது. அவனை அணைத்துக் கொள்வதாக எண்ணிக் கொண்டு கொட்டடியில் ரத்த நந்தகாவை அணைத்துக் கிடந்தாள் தம்மா. அங்கிருந்து அவள் போன பிறகு ஓர் இடைவெளி விட்டு யானையின் அதே உடல் பகுதியை தழுவிக் கொள்வான் மின்சா. அதனிடம் தம்மாவின் நறுமணம் வீசுவதாகத் தோன்றும். தம்மா அணைத்தால் சும்மா இருக்கும் அந்த யானை மின்சா வந்து தழுவும் போது சுணங்கும்.

சந்தா இதை எல்லாம் கவனித்துக் கொண்டுதான் இருந்தாள். அதே சமயம் நரதுவிடம் விஷயத்தைச் சொல்லக் காத்திருந்தாள்.

ஒத்திகை பார்த்தாள். கர்ப்பவதி பிள்ளையைப் பெற்றுப் போட பேறுகாலம் முடிய நேரம் பார்த்திருப்பதைப் போல் அந்த உண்மையை உள்ளேயே வைத்துக் கொண்டிருப்பது அவஸ்தையாக இருந்தது. ஓரிரு முறை சொல்ல எத்தனித்து நரதுவின் கோபமான, ஆங்காரமான மனநிலையைக் கண்டு அடங்கினாள்.

ஒரு நாள் இரவு கலவி முடிந்து கசகசப்புடன் மல்லாந்திருக்கையில் சந்தா சொன்னாள்.

"தம்மாவுக்கு வயசு வந்தாச்சு. பொருத்தமான ஒரு ஆள் கிட்ட பிடிச்சுக் கொடுக்கனும்."

"என்ன அவசரம் இப்ப? கொஞ்ச காலம் போகட்டும். சின்னப் பொண்ணுதானே அவ?"

"என்ன சின்னவ? திமிறிக்கிட்டு நிக்குது உடம்பு. எல்லாம் நேரத்துக்கு செஞ்சிடனும்."

"அப்படியா! ம்ம்ம். சரி, பார்ப்போம்."

நரது யோசனையாய்க் கண் மூடிக் கொண்டான். சந்தா அவனைக் கட்டிக் கொண்டாள்.

மறுநாள் புலர்ந்த பொழுதில் படுத்துக் கிடந்த ரத்த நந்தகாவின் அருகில் சென்று அதன் உடலை ஆராய்ந்து கொண்டிருந்தான் நரது. மின்சா காலைக் கடனடைக்கப் பக்கத்தில் ஒதுங்கியிருந்தான். நரதுவுக்குத் தேநீர் எடுத்து வந்தாள் தம்மா. அவளை அன்று உற்றுப் பார்த்தான். சந்தா சொன்னது உண்மைதான். இவள் சிறுபெண் அல்ல. மார்பு விரிந்து, இடை இடுங்கி, புட்டம் பரவியிருந்தது. அதே சமயம் இவள் சந்தாவைப் போல் இல்லை. ஏனோ தானோ என்றில்லாமல் இயற்கை இவளை இழைக்க மெனக்கெட்டிருந்தது.

சந்தாவும் கல்யாணத்தின் போது இப்படித்தான் இருந்தாளோ என யோசித்தான் நரது. இருக்கலாம். அழகியோ இல்லையோ இவள் புதிய பொருள், கை படாத கன்னி உடல்!

தம்மா பாத்திரத்தில் இருந்து குவளை நிறைய தேநீரை ஊற்றினாள். ஆவி பறக்க, அதன் முழுமை சிந்தாமல் கவனமாக எடுத்து அவனிடம் நீட்டினாள். அவளை வைத்த கண் வாங்காமல் பார்த்திருந்த நரதுவுக்கு அந்த நிதானமும் நளினமும் என்னவோ

செய்ய, தேநீர்க் குவளையை வாங்காமல் சட்டெனத் தம்மாவை இறுகக் கட்டி அணைத்தான்.

அவள் பதறிக் குவளையைத் தவற விட்டு அவனை உதறி விலகினாள். சூடான தேநீர்த் துளிகள் சிதறி ரத்த நந்தகாவின் முதுகில் விழுந்து தெறித்தன. கண் மூடிப் படுத்திருந்த யானை தலையைத் தூக்கி அவர்களைப் பார்த்து விட்டு, மறுபடி படுத்துக் கொண்டது.

நரது அவளது மென்மையான கரங்களைத் தனது வலுக்கொண்ட கையால் பற்றினான். அந்த அதிர்வில் பாத்திரம் கீழே விழுந்து தேநீர் மண்ணில் வீணானது. தம்மா கத்தினாள்.

“ஐயோ, என்ன செய்கிறீர்கள்?”

“தம்மா உனக்கு உலகின் உச்சமான உன்னதமான இன்பத்தைக் காட்டுகிறேன், வா.”

“நீங்கள் என் தந்தை போன்றவர்.”

“ஆனால் நான் உன்னை என்றுமே என் மகளாக மனதில் வரித்ததே இல்லை, தம்மா.”

“உங்களுக்குத்தான் மகவே இல்லையே!”

தம்மாவின் குரலில் இருந்த ஏளனம் நரதுவைக் கீறியது. அவன் சீற்றமாகச் சொன்னான்.

“அது உன் அக்காளின் இயலாமை. அதை நிரூபிக்கத்தான் நீ எனக்கு உதவப்போகிறாய்.”

“...”

“என் உயிர்த் துளிகளை உன்னில் விதைத்துக் கருவாக்குவேன். அப்போது என் பத்தினி சந்தாவுக்கும் என் சுற்றத்துக்கும் நட்புக்கும் இந்தப் புல், பூண்டு, புழு, பூச்சி, வெண்களிறு உள்ளிட்ட மொத்த உலகிற்கும் தெரியும் என் ஆண்மையில் குறையேதும் இல்லை என.”

“ச்சீய்...”

தம்மாவின் கண்களில் நீர் முட்டியது. அவள் நிஜமாகவே நரதுவை தந்தை ஸ்தானத்தில் வைத்தே பார்த்திருந்தாள். பல்லாண்டுகள்

முன் அவன் சந்தாவைக் கல்யாணம் செய்த போது அவன் மீது தம்மாவுக்கு ஒரு வசீகரம் இருந்ததுதான். ஆனால் அது புதிதாகக் காணும் அந்நிய ஆணின் மேல் ஒரு சிறுமிக்கு ஏற்படும் ஆர்வம் மட்டுமே எனப் புரிந்து போய் பிற்பாடு யானையை நிர்வகிக்கும் அவனது தொழிற்திறன், அக்காவின் மீது அவன் காட்டும் அலாதிப் பிரியம் எல்லாம் வைத்து மரியாதைதான் அதிகம் இருந்தது.

எல்லாம் மிகச் சில கணங்களில் நொறுங்கிப் போய்க் கிடக்கிறது. இன்னமும் அவளால் நரதுவின் அந்தச் செய்கையை நம்பவும் இயலவில்லை, ஜீரணிக்கவும் முடியவில்லை.

அப்போது மின்சா அங்கே வர, தன் கையைப் பற்றிக் கொண்டிருந்த நரதுவின் கரத்தை விடுவித்துக் கொண்டு கீழே கிடந்த குவளையையும் தேநீர்ப் பாத்திரத்தையும் எடுத்துக் கொண்டு அங்கிருந்து ஓடிப் போனாள் தம்மா. நரது மின்சாவைப் பார்த்து முறைத்தான்.

மின்சா சூழல் புரிந்து ஏதும் பேசாமல் யானையின் மீது சிந்தியிருந்த தேநீர்க் கறையைத் துடைத்துச் சுத்தம் செய்தான். நிலத்தில் கொட்டியிருந்த தேநீர் உலரத் தொடங்கியது.

★

உண்மையில் இது நரது மனதில் அல்லது உடலில் உண்டான ஒரு தற்காலிகச் சலனம் என்றும் நாட்கள் போகக் கரைந்து காணாமல் ஆகிடும் என்றே நம்பியிருந்தாள் தம்மா. ஆனால் நாட்கள் போகப் போக அவனது வேட்கை அதிகரித்தபடியேதான் இருந்தது.

நரது கிட்டத்தட்ட தினம் ஏதாவது சந்தர்ப்பத்தில் தம்மாவைச் சீண்டினான். தொடுகை, அணைப்பு, முத்தம் என மெல்ல அவனது அராஜகங்களின் எல்லை விரிந்து கொண்டே போனது. அவளது பகல்கள் நரகமாகின; விடியல்கள் வெறுப்புக்கு உரியதாக மாறின. எங்கிருந்து எங்கே நரது தீண்டுவான் என்ற அச்சத்திலேயே தினங்களின் கணங்கள் யாவும் தீர்ந்தன. நரதுவுடன் தனிமையில் இருக்கும் சந்தர்ப்பங்களைத் தவிர்த்தாள்.

ஒரு கட்டத்தில் மின்சா அருகே இருப்பதைக் கூட பொருட் படுத்தாமல் இது நடந்தேறியது. மின்சா ஒன்றும் செய்யவியலாமல்

பல்லைக் கடித்தான். சில சமயம் நரதுவை அடித்துப் போட்டு விட்டு தம்மாவை அழைத்து வெளியேறி விடலாம் என்று வெறியேறும். ஆனால் அதற்குப் பின் எப்படிப் பிழைப்பது? அதுவும் தம்மாவைத் துன்புறுத்தவே செய்யும் எனப் பொறுத்துக் கொண்டான். தவிர, ரத்த நந்தகாவின் வழியாக நரதுவுக்கு அரசாங்கத்தில் இருக்கும் செல்வாக்குக்கு என்ன வேண்டுமானாலும் தங்களைச் செய்ய முடியும். ஒருத்தி மீது காமப் பித்தேறிய ஆண் பசியிலிருக்கும் புலியை விடக் குரூரமானவன், எந்த நியாய தர்மமும் அவன் யோசனையில் இராது. தன் இலக்கை எய்த எந்தப் பாவமும் செய்யத் தயங்க மாட்டான். எனவே தம்மாவிடம் நரது அத்துமீறும் போதெல்லாம் தன் கண்களை மூடிக் கொண்டான், காதுகளை மூடிக் கொண்டான், மனதையும் மூடிக் கொண்டான்.

சந்தாவிடம் மட்டும் இதைக் கவனமாக மறைத்தான் நரது. அது அவள் மீதான பிரியமா, பயமா எனத் தம்மா யோசித்தாள். இரண்டும் இல்லை, இரவின் தேவைதான் என்று புரிய அதிக காலம் எடுக்கவில்லை. தம்மாவும் அதைச் சந்தாவிடம் சொல்லி அவள் மனதை உடைக்க விரும்பவில்லை. பிள்ளைப் பேறில்லை என்பதைத் தாண்டி அவர்கள் வாழ்வில் பிரச்சனை ஒன்றுமில்லை. இதைச் சொல்வது அவர்களிடையே நிரந்தரப் பிரிவைக் கூட உண்டாக்கலாம். ஆனால் இதற்கு முடிவு என்ன என்பதும் தம்மாவுக்குத் தெரியவில்லை. தாளவியலாமல் என்றேனும் அவளிடம் சொல்ல வேண்டி வரும் என்பது மட்டும் புரிந்தது.

ஆனால் தன்னைச் சுற்றி நடக்கும் விஷயங்கள் தெரியாத அளவு பெண் நுண்ணுணர்வு அற்றவள் கிடையாது. அதுவும் தனக்கு உரியவனின் பிறழ்வுகள் அவளுக்குப் புரியாமல் போவதே இல்லை. சந்தா மிகச் சீக்கிரத்திலேயே நரது தனது தங்கையைப் பெண்டாள நினைப்பதைப் புரிந்து கொண்டாள். ஆனால் அதை அவர்கள் இருவரிடமுமே காட்டிக் கொள்ளவில்லை. நரதுவுக்குத் தெரிந்தால் அதன் பிறகு இருக்கும் தயக்கம் போய், தன் முன்னாலேயே அக்கிரமங்களை நிகழ்த்தக்கூடும், மணம் செய்து கொள்கிறேன் எனத் தன்னையே அதற்குத் துணை போகக் கேட்கக்கூடும். தெரியாத வரைதான் குற்றத்தை மறைத்துச் செய்யும் மரியாதை எல்லாம். தம்மாவிடமும் என்னவென வெளிப்படுத்திக் கொள்வது? அவள் தீர்வு கேட்க மாட்டாளா? பொறுத்துப் போ என்பதைத்

தவிர என்ன தீர்வு என்னிடம் இருக்கிறது? தனக்குள்ளையே வைத்துப் புழுங்கி மனம் குமுறினாள்.

இயற்கை தீர்வையும் பிரச்சனை வடிவில்தான் கொடுக்கும். ஓர் இரவு சந்தாவுடனான கலவி முடிந்து அவள் அயர்ந்து உறங்கிய பின் பின்னிரவில் நரது சப்தமெழுப்பாமல் தம்மா படுத்திருக்கும் வலப்புற அறைக்கு நழுவினான். அங்கே தூங்கிக் கொண்டிருந்த தம்மாவின் மார்பை மூடியிருந்த மேலாடையின் முடிச்சுகள் ஒவ்வொன்றையும் மிகப் பொறுமையாக, எந்த அசைவோ ஓசையோ இன்றி மிக லாகவமாக அவிழ்த்தான். அவன் விரல் இறுதி முடிச்சை அவிழ்த்த கணம் பதறி விழித்துக் கொண்டு அலறினாள் தம்மா.

அது அடுத்த அறையிலிருந்த சந்தாவையும் துயிலெழுப்பி விட்டது. அவசரமாக எழுந்து ஓடி வந்தாள். தம்மா அறையின் மூலையில் நின்று தன் மேலாடை திறந்திருக்க இரண்டு கரங்களையும் மார்புக்குக் குறுக்கே வைத்து மறைத்தபடியே அழுது கொண்டிருந்தாள்.

நரது மௌனமாக அந்த அறையிலிருந்து நீங்கினான். சந்தா ஒன்றும் சொல்லவில்லை. தம்மாவைப் படுக்கச் சொல்லி விட்டு அவளருகே படுத்துக்கொண்டாள். தம்மா அவளை அணைத்துக் கொள்ள, சந்தாவின் விழிகள் அந்த இரவு முழுக்க கண்ணீரைச் சொரிந்து கொண்டே இருந்தன. தம்மாவும் கூட நெடுநேரம் விழித்துக் கொண்டுதான் இருந்தாள். அந்தக் கண்ணீர் தன் பொருட்டு என்பது அவளுக்குக் குற்றவுணர்ச்சியை அளித்தது.

சந்தா பிறகு அது பற்றி நரதுவிடம் ஏதும் கேட்கவில்லை. தம்மாவிடமும் பேசவில்லை.

சந்தாவுக்கு அவ்விரவின் அசம்பாவிதத்தில் ஓர் உறுத்தல் இருந்தது. தம்மாவின் சம்மதம் அல்லது ஒத்துழைப்பு இல்லாமல் அவ்வளவு இறுக்கமான மேலாடை முடிச்சுகளை நரது அவிழ்த்திருக்க முடியுமா என. தம்மா சிறுவயதிலிருந்தே சன்னச் சலனத்துக்கும் தூக்கம் கலைபவள். ஆழ்ந்த நித்திரையில் இருக்கையில் அது சாத்தியம்தான் எனச் சமாதானம் செய்து கொண்டாள். இல்லை என்றால் தம்மா ஏன் அலறி ஊரைக் கூட்டப் போகிறாள்? சத்தம் காட்டாமல் மேற்கொண்டு காரியம் ஆற்றியிருக்கலாமே!

ஒருவேளை இடையில் மனம் மாறி விட்டாளோ! சந்தாவின் சந்தேகத்துக்குக் காரணம் இல்லாமல் இல்லை.

இரண்டுங்கெட்டான் வயதுடைய தம்மாவுக்கு நரது மீதான ஈர்ப்பு எந்த வகையிலும் வந்திருக்கலாம். அவன் திண்மையாக உடலைப் பேணுபவன். அழகன் எனச் சொல்லும் அளவு சிறப்பான முகவெட்டு உடையவன். அவன் மீது எந்தப் பெண்ணுக்கும் கவர்ச்சி தோன்றவே செய்யும். தம்மா அருகே இருந்து அவனது முழு ஆகிருதியைப் பார்த்தவள்.

இன்னொரு விஷயம் தினமும் சந்தாவைக் கலவி செய்பவன். தடுப்புகள் உண்டெனினும் அது ரகசியங்கள் பேண முடியாத குடில். சந்தாவும் நரதுவும் புணர்ந்த தருணங்களின் காட்சிகளோ ஒலிகளோ விபத்தாகத் தம்மாவை அடைந்திருந்தால் வியப்பில்லை. இவை யாவும் ஒரு பதின்மப் பெண்ணுக்கு அந்த ஆடவனின் மீது மோகமேறவே வழி கோலும்.

அதுவும் அவனே அவளை அணுகும் போது உடலைத் திறப்பதற்கு அவளது மனம் இளகக் கூடும். அதனால் தம்மா நரதுவுக்கு இணங்கி விடக்கூடாது என்பதே சந்தாவின் பிரதானக் கவலை. ஆனால் தம்மா மின்சாவைக் காதலிக்கிறாள். அதன் பொருட்டேனும் நரதுவின் இச்சைகளிலிருந்து தப்பித்துக் கொள்ளவே விழைவாள் என்று சமாதானம் கொண்டாள்.

மற்றபடி, தம்மா நரதுவின் பக்கம் சாய முடிவெடுத்து விட்டால் எதுவும் அதைத் தடுக்க முடியாது என்பது சந்தாவுக்குப் புரிந்தே இருந்தது. அடைத்து வைத்தாலும் பயனில்லை, பெண் தன் விருப்பம் நிறைவேற்றிக் கொள்வாள். சிறை காக்கும் காப்பு எவன் செய்யும்!

ஆனாலும் தன்னால் ஆனதைச் செய்து இருவரையும் விலக்கி வைக்கத் தீர்மானித்தாள்.

சந்தா இரவுகளில் தம்மாவை அணைத்துப் படுத்துக் கொண்டாள். அதாவது நரதுவுடன் கலவி முடிந்ததும் எழுந்து பக்கத்து அறைக்கு வந்து தம்மாவுடன் படுத்துக் கொள்வாள். அது நரதுவுக்கு எரிச்சலை ஊட்டினாலும் அதைக் கேட்க அவனுக்குத் திராணியில்லை.

சந்தா எப்போதும் அவளைத் தன் கண்காணிப்பு வட்டத்திலேயே வைத்துக் கொண்டாள். அது தம்மாவுக்குச் சற்று சங்கடம் ஊட்டியது. சந்தாவிடம் ஏதோ உறுத்தல் இருப்பதைக் கண்டுகொண்டாள். சந்தாவின் கவலை நரது தம்மாவைப் புணர்வது பற்றியதா அல்லது அதன் விளைவாக தம்மா கர்ப்பமுற்று, குறை சந்தா மீதுதான் என்று நிரூபணமாவது பற்றியதா என யோசித்தாள் தம்மா. அப்படியே முதல் விஷயம்தான் கவலை என்றாலும் அது தன் புருஷன் இன்னொருத்தியை நாடிப் போய்த் தன்னை அவமதிப்பது பற்றியதா அல்லது தங்கை வாழ்க்கை அவளது விருப்பமின்றிச் சீரழிகிறதே என்பது பற்றியதா?

தலை வலித்தது. ச்சே, அவள் என் அக்கா. அவளையா சந்தேகிப்பது? அதுவே அவளுக்கு இழைக்கும் துரோகம்தானே! அன்றைய நெடிய இரவில் தன்னை நனைத்துக் கொண்டே இருந்த சந்தாவின் கண்ணீர்த்துளிகள் தனக்கானவைதாம் என எண்ணிக் கொண்டாள்.

★

அந்த இரவால் ஒரு நன்மை நேர்ந்தது. நரதுவின் தொந்தரவுகள் மட்டுப்பட்டன. முற்றிலும் நிற்கவில்லை என்றாலும் முந்தைய அளவுக்கு அதிகமாக இல்லாமல் குறைந்தன. அவன் சந்தாவிடம் இணக்கம் பேண விரும்புகிறான் என்பதே அதிலிருக்கும் செய்தி என தம்மா புரிந்து கொண்டாள். ஆனால் அது தற்காலிகமாக இருக்கலாம். பாய்வதற்குப் பதுங்கும் புலியாகவும் இருக்கலாம், புயலுக்கு முந்தைய அமைதியாகவும் இருக்கலாம். எனவே எவ்வளவு சீக்கிரம் முடியுமோ அத்தனை துரிதமாக இதற்குத் தீர்வு கண்டாக வேண்டும்.

தம்மா தொடர்ச்சியாக இச்சிக்கலுக்கு வழிகள் யோசித்தாள். அக்கா வெளிப்படையாகப் பேசினால் அவளிடம் ஆலோசனைகள் கேட்கலாம். ஆனால் அவளோ இப்போதெல்லாம் ரொம்ப அமைதியாகி விட்டாள். ஏதாவது தேவை என்றால் மட்டுமே பேசுகிறாள். எனவே தனியாகவே குழம்பினாள். ஒரு நாள் தீர்மானம் செய்தவளாக மின்சாவிடம் பேசினாள்.

“மின்சா, நான் நரதுவிடம் நம் காதலைப் பற்றிச் சொல்லி விடப் போகிறேன்.”

“அவசரப்படாதே, தம்மா...”

“அஞ்சுகிறாயா, மின்சா?”

“நிச்சயம் இல்லை. பொறுமை காக்கச் சொல்கிறேன். நமக்குக் காரியமாவது முக்கியம். நிதானமாகக் காய் நகர்த்திச் சேர்ந்து வாழ ஏதுவான சூழலை அமைத்துக் கொள்வோம்.”

“ம்.”

“யோசித்துப் பார். நாம் இருவருமே பதின்ம வயதைத் தாண்டவில்லை. எனக்குள்ள ஒரே வருமானம் இங்கே நரதுவிடம் உதவியாளனாக இருப்பதை ஒட்டித்தான். இப்போது நம் விஷயம் அவனுக்குத் தெரிய வந்தால் என்னை வேலையிலிருந்து அடித்து விரட்டுவான். உன் மனம் காதலில் உழல்வதை அறிந்தால் இப்போது சில்லறைத் தொந்தரவு என்ற அளவில் செய்து கொண்டிருப்பவன் உன்னை உடனே அடைய ஏதும் செய்து விட்டால்?”

“அதாவது நரது என்னை இப்போது செய்யும் சுரண்டல்கள் உனக்குப் பொருட்டல்ல?”

“அப்படி இல்லை, தம்மா. இதை வேடிக்கை பார்க்க வேண்டி இருக்கும் எனது கையறு நிலையை எண்ணிக் குமையாத நாளில்லை. நான் ஓர் ஆண்மகன்தானா என என்னை நானே வசை பாடிக் கொண்டு குற்றவுணர்வில் உழல்கிறேன். சில சமயம் தற்கொலை எண்ணங்கள் உதிக்கின்றன. சில வேளைகளில் நரதுவைக் கொலை செய்து விடலாமா என்றும் தோன்றுகிறது. ஆனாலும் ஏதும் செய்து வீரியம் காட்டாதிருக்க ஒரே காரணம் - நான் உன்னைக் காதலிக்கிறேன், உன்னோடு வாழ விரும்புகிறேன். இவற்றை ஒரு வெறி நாய்க்கடி போல், ஒரு மோசமான விபத்து போல். துர்சொப்பனமாக எண்ணிக் கடந்து விடவே விரும்புகிறேன். நீயும் அப்படி இருப்பதே மனஉளைச்சல் இல்லாத எதிர்காலம் காண ஒரே வழி. மாறாக நீ எதிர்த் திசையில் பேசி மேலும் என்னைப் புண்படுத்தாதே.”

“ம்.”

“அதனால் அவசரப்படாதே. நாம் இங்கே சேர்ந்து வாழ இயலாது. பொருளாதாரரீதியாக நாம் வெளியே போய் வாழும் சூழலை

ஏற்படுத்திக் கொள்ள வேண்டும். அதற்கு எனக்கு வெளியே ஏதாவது வேலை வாய்க்க வேண்டும். அப்படிக் கிடைத்த மறுநாளே இங்கே இருந்து ஓடிப் போய் திருமணம் செய்து கொள்வோம். அப்புறம் தொந்தரவு கிடையாது."

"அப்படிப் போனால் மட்டும் விட்டு விடுவானா? நரதுவின் செல்வாக்கு தெரியாதா?"

"ஆம். அவன் நம்மை விரட்டி வரக்கூடும். தொந்தரவுகள் தரக்கூடும். ஆனால் அப்போது நமக்கு ஆதரவு வரும் என நம்புகிறேன். சுற்றத்திடம், அரசாங்கத்திடம், வெகுமக்களிடம். அந்த நம்பிக்கைதான். நாம் எதையாவது பற்றிக் கொண்டுதான் ஆக வேண்டும், தம்மா."

அரை மனதாய்த் தலையாட்டினாள். மின்சாவுக்கு வேலை கிடைத்ததும் அங்கிருந்து போய் விடலாம் என்ற யோசனை அவளுக்குப் பிடித்திருந்தது. ஆனால் தேடாமல் பணி கிட்டாது. யாரும் வந்து அவனை வேலைக்கு அழைக்கப் போவதில்லை. இங்கிருந்தபடி வேலை தேட மின்சாவால் முடியாது. அவன் அத்தனை சூதானமானவனும் அல்லன்.

தம்மா தீர்மானித்தாள். சந்தாவிடம் போய் நின்றாள். மொத்தக் கதையும் ஒப்பித்தாள். மின்சாவுக்கு வேலை கிடைக்க ஏற்பாடு செய்ய வேண்டும் என்றும் இருவரும் தப்பிப் போக உதவ வேண்டும் என்றும் கோரினாள். சந்தாவின் கண்களில் ஓர் ஒளி தெரிந்தது.

நரதுவின் மீது தம்மாவுக்கு ஆசை இல்லை என்பதே அவளுக்கு நிம்மதியாக இருந்தது.

எவ்வளவு சீக்கிரம் முடியுமோ அவ்வளவு சீக்கிரம் அவர்கள் இருவரையும் அங்கிருந்து அனுப்பி வைத்து விட வேண்டும் என்று தீர்மானம் செய்து கொண்டாள். அது வரையில் அவளை நரதுவிடம் ஜாக்கிரதையாக இருக்கச் சொன்னாள். அவர்களின் காதல் விஷயம் அவனுக்குத் தெரியாமலும் கவனமாக இருக்கச் சொன்னாள். யோசிக்க ஆரம்பித்தாள்.

தம்மாவின் தாய் அவள் பிறந்த ஓராண்டிலேயே கொள்ளை நோய் கண்டு மாண்டாள். அப்போது தம்மா பால் குடியைக் கூட நிறுத்தியிருக்கவில்லை. அன்றிலிருந்து சந்தா அவளுக்கு

அம்மாவானாள். தம்மாவின் அப்பா சந்தாவுக்குத் திருமணமான மிகச் சில மாதங்களில் காட்டில் மரம் வெட்டப் போகையில் நெடிய, கரிய பாம்பு ஒன்று தீண்ட, வெண்ணுரை கக்கிச் செத்துப் போனார். அப்போது இல்லத்தில் இருந்த ஒரே ஆணான புது மாப்பிள்ளை நரதுவைத் தகப்பனின் இடத்தில் வரித்துக் கொண்டாள் தம்மா. நரது, சந்தாவுக்குப் பிள்ளை இல்லை என்றதும் அவர்களின் வாரிசாகவே ஆகிப் போனாள்.

காமப் பித்தேறி நரது அதிலிருந்து பிறழ்ந்தாலும் தம்மா மீதான பார்வையை சந்தா மாற்றவில்லை. எனவே அவளுக்கு மகளைக் கரை சேர்க்கும் பெரும் கடனிருந்தது.

மிகுந்த சிரமத்திடையே சந்தா தனது தந்தை வழித் தொடர்புகளைக் கண்டடைந்தாள். அவர்கள் மூலம் மின்சாவுக்கு வேலை தேடினாள். அதை நரதுவின் செவிகட்குப் போய்ச் சேராமல் செய்து முடிக்க வேண்டும் என்பதே பெரிய சவாலாக இருந்தது. கிட்டத்தட்ட எல்லா உறவினர்களுக்கும் அவனோடு பழக்கம், தொடர்பு இருந்தது. அவள் அவர்களைத் தொடர்பு கொண்டதுமே விஷயம் நரதுவுக்குத் தெரிய வந்து விடும் என்பதாக இருந்தது. எனவே சர்வ கவனத்துடன் தேடினாள். சரியாக மூன்று திங்களில் வேலை வாங்கினாள்.

தலைநகரில் மாமன்னன் பயின்னவுங்கின் படைத் தளபதிகளில் ஒருவராகச் சமீபத்தில் பொறுப்பு ஏற்றவரின் குதிரை லாயத்தைப் பராமரிக்கும் வேலை. மின்சா மணமானவன் என்று சந்தா ஏற்கெனவே சொல்லி வைத்திருந்ததால் அந்த மாளிகைக்கு உள்ளேயே பணியாளர்கள் தங்குமிடத்தில் அவன் தங்கிக் கொள்ளவும் ஏற்பாடு செய்திருந்தார்கள்.

முதல் தடை நீங்கியது. அடுத்து அங்கிருந்து விடுவித்துக் கொள்தல். இப்போது மூவரும் அவ்வப்போது ஒன்று கூடிப் பேசினார்கள். நிதானமாகத் திட்டமிட்டார்கள். சந்தாவின் யோசனைகள் கேட்க தம்மாவுக்கு வியப்பாக இருந்தது. எத்தனை குற்றத் தீவிரத்துடன் யோசிக்கிறாள்! வீட்டில் சோறாக்கி வைத்து, மல்லாக்கப் படுத்துப் பிள்ளைக்கு ஏங்கிக் கொண்டிருந்த அப்பாவியா இவள் என வியந்தாள். ஒரு பெண் தன் கணவனைக் காத்துக் கொள்ள எந்த எல்லைக்கும் செல்வாள் என்று எண்ணிக் கொண்டாள்.

எதிர்காலத்தில் மின்சா இப்படி ஏதும் தடுமாறினால் தான் எப்படி எதிர்கொள்வேன் என யோசித்தாள்.

இருள் திருட்டுத்தனத்தின் நற்றுணை. அமாவாசை அன்று நள்ளிரவுக்குப் பின் அவர்கள் இருவரும் அங்கிருந்து தலைநகரை நோக்கிக் கிளம்புவது என முடிவானது. தான் சிறுகச் சேர்த்திருந்த சிறிய தொகையை எடுத்து தம்மாவிடம் கொடுத்துச் சொன்னாள் சந்தா -

“நம் பெற்றோர் இன்றில்லை. நான் உன் தாய் ஸ்தானத்தில் இருந்து நகை, உடை போட்டு உனக்குத் திருமணம் முடிக்க வேண்டும். இன்று அதற்குச் சூழல் இல்லை. எனவே இந்தப் பணத்தை வைத்துக் கொள். இது என்னாலான சீதனம். நீங்கள் வாழ்க்கை தொடங்கவும், பிற்பாடு அவசரத் தேவைகள் வந்தாலும் இது உதவும். ஆனால் கவனமாகச் செலவழி!”

“...”

“என் அறிதலில் மின்சா நல்லவன். அப்பாவி. நீ வளைப்பதற்கேற்ப வளைவான். அவனை வெற்றிகரமானவனாக ஆக்குவது உன் கையில்தான் இருக்கிறது. முடிந்த அளவு உந்து. அவன் முன்னேறட்டும். ஆனால் எப்போதும் அவனை உன் கைக்குள் வைத்திரு. நீ வயது வந்தவள். நான் சொல்லித் தரப் பெரிதாக ஒன்றுமில்லை. வித்தை தானாக வசப்படும்.”

“...”

“உனக்கு ஒரு குழந்தை பிறக்கும் வரை இந்தப் பக்கம் எட்டிப் பார்க்காதே. குழந்தை - அதுதான் உன் வாழ்க்கையை நிச்சயமாக்கும். உனக்குப் பாதுகாப்பினை அளிக்கும்.”

தம்மாவின் வயிற்றில் கரம் வைத்து சந்தா ஆவேசமாகச் சொல்லி விட்டு அழுதாள். அவளை அப்படியே அணைத்துக் கொண்டாள் தம்மா. நெடுநேரம் பிரியவே இல்லை.

★

பாகம் 3: கால்

அமாவாசை இரவு நரதுவுக்கு நன்கு மதுவை ஊற்றிக் கொடுத்தாள் சந்தா. அன்று மிக உற்சாகமாகக் குடித்தான். வழக்கத்தை விட இரண்டு மடங்கு. வயிறு நிரம்பி விட்டது என்று சொல்லி உணவை மறுத்து விட்டுக் கலவிக்குத் தயாரானான். இடையிலேயே போதையில் மயங்கிச் சரிந்தான். அவனைத் தள்ளி விட்டு ஆடைகளைச் சரி செய்து அடுத்த அறைக்குப் போனாள் சந்தா. தம்மா உறங்கிக் கொண்டிருந்தாள். நீண்ட பயணம் இருக்கும் என்பதால் அவளைக் கொஞ்சம் தூங்கச் சொல்லி இருந்தாள்.

நள்ளிரவு கடந்திருந்தது. அவளை உலுக்கி எழுப்பினாள். தம்மா ஆழ்நித்திரைக்குள் செல்லாமல் புரண்டு கொண்டிருந்ததால் உடனே எழுந்து கொண்டாள். ஏற்கெனவே தயார் செய்து வைத்திருந்த மூட்டையையும் பணத்தையும் எடுத்துக் கொண்டாள்.

நிலவின் துணையற்ற அவ்விரவின் கைப்பற்றிப் பிரயாணத்துக்கு ஆயத்தமானாள்.

சந்தா கைகளில் விளக்கை எடுத்துக் கொண்டாள். குடிலில் இருந்து சப்தம் காட்டாமல் இருவரும் வெளியே வந்தார்கள். ரத்த நந்தகாவின் கொட்டகைக்கு வந்தார்கள். அங்கே மின்சாவும் மூட்டையுடன் தயாராக இருந்தான். அவனுக்கு அந்தப் பயணமே ஒரு சாகசம் போல் உற்சாகமாக இருந்தது. தம்மாவிடம் தன் கம்பீரம் நிரூபிக்க ஒரு வாய்ப்பு. அவள் தன் பொறுமையைப் பயம் எனக் கருதிக் கொண்டிருக்கிறாள். முதலில் அதை உடைக்க வேண்டும். தவிர, அவளைத் தொடவும் வாய்ப்பு உண்டு. இனி யார் கேட்பது? இப்பெண் எனக்கு உரிமையானவள். எங்கள் சுதந்திரம். தலைநகர் போவதற்குள் நிதானமாக ஒரு சம்போகம் கூட நிகழ்த்தலாம். உற்சாகச் சிரிப்புடன் அவர்களைப் பார்த்தான் மின்சா.

ரத்த நந்தகா படுத்து உறங்கிக் கொண்டிருந்தது. தம்மா அதன் அருகே போய் அதைத் கட்டிக் கொண்டு முத்தமிட்டாள். ஆலமரம் ஒன்றினை ஆரத் தழுவ முயற்சி செய்வது போலிருந்தது அவள்

செய்கை. அதை விட்டுப் பிரியப் போகிறோம் என்பது அவளுக்கு மிகுந்த மனக்கிலேசம் அளித்தது. அது வரை அவள் அது குறித்து யோசிக்கவே இல்லை.

மிகச் சில மாதங்களின் பழக்கம்தான். ஆனால் தம்மாவை ஒரு மஹாராணியைப் போல் உணரச் செய்தது ரத்த நந்தகாதான். அவ்வளவு ஆண்டுகளாகத் தாயைப் போல் பார்த்த சந்தாவை நீங்குவதைக் கூட அவள் பெரிதாக நினைக்கவில்லை. தம்மாவின் கண்ணீர்த் துளிகள் யானையின் தடித்த தோலில் விழுந்து மயிர்களுக்குள், பிளவுகளுக்குள் ஓடியது.

“அதிக அவகாசமில்லை, தம்மா! உடனே கிளம்புவோம்.” - அவசரப்படுத்தினான் மின்சா.

அப்போது கொட்டடி வாயிலில் அரவம் கேட்டது. நரது நின்றிருந்தான். அந்த நள்ளிரவில் தம்மா, மின்சா இருவரும் கையில் மூட்டைகளுடன் நின்றிருந்ததைப் பார்த்து அவன் ஒருவாறாகச் சூழலை ஊகித்திருக்க வேண்டும். அவர்கள் அருகே சந்தாவும் பதற்றமாக நின்றிருந்ததை வைத்து அவளும் அதற்கு உடந்தை என்பதும் எளிதில் புரிந்திருக்கும்.

நரதுவின் இரு கண்களும் சிவந்து வெறியேறி இருந்தன. அது சற்று முன் அவன் ஏற்றிக் கொண்ட மதுவாலா, அந்த ராத்திரியில் பாதியில் கலைந்து எழுந்த தூக்கமின்மையாலா அல்லது அங்கே நடந்திருக்கும் நிகழ்வு குறித்த சினத்தாலா எனக் குழப்பமாக இருந்தது.

மூவரும் அச்சத்தின் உச்சத்தில் கண்டிருக்க, நரது முதலில் மின்சாவை அடித்துக் கீழே தள்ளினான். அடுத்து சந்தாவை. தம்மா திகைத்துப் பார்த்திருந்தாள். நரது குனிந்து தம்மாவின் முகத்தருகே வந்து வாயின் துர்நாற்றம் வீச, ஆவேசமாகச் சொன்னான் -

“தம்மா, உன் சம்மதத்துடனே உன்னை அடைய வேண்டும் என்று எண்ணி இருந்தேன். ஒரு கனி உரிப்பது போல் பொறுமையாக உன்னைத் திறந்து ரசித்துண்ண வேண்டும் எனக் கற்பனை செய்திருந்தேன். எல்லாவற்றுக்கும் மேல் என் மனமுதித்த சில சிறந்த கலவிக் களியாட்டுகளைப் பயன்படுத்தாமல் உனக்கென ஒதுக்கிக் காத்திருந்தேன்.”

"..."

"எல்லாம் ஏன்? எப்படியும் என்னிடம் படிவாய் என்ற நம்பிக்கையால். ஆனால் அதற்கு மாறாக இப்படி ஓர் ஓடுகாலி எண்ணம் இருக்கும் என நான் நினைக்கவில்லை. உனக்கு ஆண் பிள்ளை வாடை வேண்டுமெனில் நான் இருக்கிறேன். உன் அக்காளிடம் கேட்டுப் பார், என் ஆட்டம் பற்றி. ருசி கண்டு விட்டால் இவ்வீட்டின் வாசற்படி தாண்ட மாட்டாய். தினம் வேண்டும் எனக் கெஞ்சிக் கதற விடுவேன். அதை விடுத்து போயும் போயும் ஒரு எடுபிடி வேலை செய்யும் இழிமகனுடன்தான் உனக்குக் கொட்டமடிக்கக் கேட்கிறதா?"

"..."

"நானே நினைத்தாலும் எங்கே என்னை நல்லவனாக இருக்க விடுகிறீர்கள்? இனியும் காத்திருப்பதில் அர்த்தமில்லை. இதற்கு மேல் உன்னை விட்டு வைத்திருப்பது சரியல்ல. இப்போதே உன்னைப் பிளந்து நுழைந்தால் ஒழுக்கமாக என் காலைக் கட்டிக் கொண்டு கிடப்பாய். உன் தினவை என் தோளில் தனி. உனது அரிப்பை என்னிடம் சொறி. வாடி!"

தம்மா ஓட முற்பட்டாள். நரது சுலபமாகக் குறுக்கில் ஓடி அவளை அடைந்தான். அவன் வேட்டையாடிப் பழகியவன். முயல் வேட்டை, மான் வேட்டை எல்லாமும். எனவே பெண் வேட்டை அவனுக்குப் பெரிய சவால் ஒன்றும் இல்லை. நரது தம்மாவை எட்டிப் பிடிக்க முற்படுகையில் அவளது மேலாடை கிழிந்து அவிழ்ந்து கீழே விழுந்தது. பெருமுலைகள் விடுதலையுற்று அதிர்ந்தன. பால் வல்லுறவு முயற்சிகளில் பெண்ணின் ஆடையைக் கிழிப்பதன் நோக்கம் ஓடுவதை மட்டுப்படுத்தி முடக்கத்தான். தம்மா கூனிக் குறுகி அருகே படுத்திருந்த ரத்த நந்தகாவின் வயிற்றுப் பகுதியில் போய்த் தஞ்சமடைந்தாள்.

சங்கிலியில் கட்டிப் போடப்பட்டிருந்த யானை அசைவின்றி உறங்கிக் கொண்டிருந்தது.

நரது வெறிச் சிரிப்புடன் அவளை அணுக, யானை விழித்துக் கொண்டு எழுந்தது. ரத்த நந்தகாவின் முன் காலை இறுகக் கட்டிக் கொண்டதன் மூலம் தன் அரை நிர்வாணத்தை மறைத்தபடி நின்று அழுதாள் தம்மா. நரது அவளை நெருங்கிக் கைப்பற்றி இழுத்தான்.

தம்மா யானையின் கால்களுக்கு இடையே ஓடிப் போக்குக் காட்டினாள். யானை என்ன நடக்கிறதெனப் புரியாமல் இங்கும் அங்கும் கால்களை அசைத்தது. தன் முயற்சிக்குச் தடையாக அமைந்ததால் நரது கோபமேறி அந்த யானையின் மத்தகத்தில் ஓங்கிக் குத்தினான். ரத்த நந்தகா பிளிறியது. அதன் அசைவுகள் மேலும் முரட்டுத்தனமாகின.

அந்தக் கொட்டடியே அதிர்ந்தது. நின்று வேடிக்கை பார்த்திருந்த சந்தாவும் மின்சாவும் நிதானமற்ற அந்த யானையின் கால்களில் மாட்டி தம்மா இறந்து விடுவாள் என அஞ்சி அலறினார்கள். நரது எதையும் பொருட்படுத்தாமல் அருகே கிடந்த அங்குசத்தை எடுத்து யானையின் காலில் குத்தினான். ரத்த நந்தகா தற்காத்துக் கொள்ளத் தும்பிக்கையால் அவன் தலையில் வைத்துத் தள்ளியது. அவன் விடாமல் குத்த, யானை சட்டெனத் தன் காலைத் தூக்கி அவனை உதைத்தது. நரது தடுமாறித் தரையில் விழுந்து திகைத்தான்.

யானை அவனை ஒரு கணம் நின்று பார்த்து நிதானித்தது. பின் சட்டெனத் தன் காலை உயர்த்தி அவன் வயிற்றில் பதித்து அழுத்தியது. புழு ஒன்றை மனிதன் விரல் நுனியில் வைத்து நசுக்குவது போலிருந்து அது. நரது அலறினான். அப்பெரிய காலடியில் சிக்கிக் கொண்டவனின் கைகளும் கால்களும் வலியில் துடித்தன. கண்களில் வெறி தெரிய, யானை அவன் உடலை நசுக்கியது. ரத்தம் பீறிட்டுச் சாத்தியமான சகல திசைகளிலும் சீரற்றுத் தெறித்தது. மிகச் சில கணங்கள்தாம். நரது ஒலிகள் அடங்கி மயக்கமுற்றான்.

தம்மா அச்சத்தில் ரத்த நந்தகாவின் பின் காலை இறுகக் கட்டிக் கொண்டு அதில் முகம் பதித்துக் கண்களை மூடி இருந்தாள். யானை திரும்பிப் பார்த்தது. சந்தா அவசரமாக தம்மாவின் அருகில் போய் அவளை யானையின் காலிலிருந்து விடுவித்து இழுத்தாள். மின்சா தன் மேற்சட்டையை அவிழ்த்துக் கொடுத்து தம்மாவை அணியச் செய்தான்.

தம்மா பிரமை பிடித்தது போல் நின்றாள். ரத்த நந்தகா மறுபடி பிளிறி அவர்களைப் பார்த்து காலை உயர்த்தியது. மூன்று பேரும் அலறி அடித்து அங்கிருந்து ஓடினார்கள்.

★

அந்த ராத்திரி முடிவே இல்லாதது போல் நீண்டு கொண்டே இருந்தது. மூன்று பேரும் குடிலுக்கு வந்து காத்திருந்தார்கள். யாரும் ஏதும் பேசவில்லை. தம்மா மட்டும் அழுது கொண்டே இருந்தாள். சற்று நேரத்தில் யானைக் கொட்டடியிலிருந்து எந்த அரவமும் வெளிப்படவில்லை. தம்மாவையும் மின்சாவையும் இருக்கச் சொல்லி விட்டு சந்தா மட்டும் தயக்கமாக மறுபடி கொட்டடிக்குப் போனாள். யானை அதன் இடத்தில் ஏதும் நடக்காதது போல் படுத்துத் தூங்கியிருந்தது. நரது விழுந்த இடத்தில் அசைவின்றிக் கிடந்தான். அவன் உடலெங்கும் ரத்தம் உறைந்து படர்ந்திருந்தது. வயிற்றுப் பகுதியில் பாதி சிதைந்திருந்தது. யானை எழுந்து கொள்ளாமல் இருக்க வேண்டும். சந்தா சப்தம் எழுப்பாமல் அவனைத் தன் பலத்தால் தரையோடு இழுத்துக் கொண்டு கொட்டடியை விட்டு வெளியே வந்தாள். அங்கே நரதுவைப் போட்டு விட்டு மூச்சு வாங்கினாள் சந்தா. அவளது உடலெல்லாம் வியர்வை அரும்பியிருந்தது. நரதுவின் மீது காறி உமிழ்ந்தாள்.

மனம் கேட்காமல் அவள் பின்னே வந்திருந்த மின்சா நரதுவின் நெஞ்சில் கை வைத்துப் பார்த்தான். துடிப்பு இருந்தது. மின்சாவும் கை கொடுக்க, இருவரும் அவனைத் தூக்கிக் கொண்டு வந்து குடிலுக்குள் நுழைந்தார்கள். அந்த அறையின் நடுவில் போட்டார்கள்.

சந்தா ஓரமாகப் போய் அமந்து கொண்டாள். தம்மா அவளருகில் போய் உட்கார்ந்தாள்.

அத்தனை மாதங்களில் அப்போதுதான் அக்குடிலுக்குள் காலடி எடுத்து வைக்கிறோம் என்பது மின்சாவுக்கு உறைத்தது. அவசரமாக வைத்தியரை அழைக்கக் கிளம்பினான்.

வைகறைக்குச் சற்று முன் வைத்தியர் வந்து சேர்ந்தார். தேகம் முழுக்கப் பரவியிருந்த ரத்தத்தைச் சுத்தப்படுத்தி ரண சிகிச்சை செய்தார். சில மூலிகைகளைக் கசக்கிப் பிழிந்தார். கட்டுப் போட்டார். நரது அசைவே இல்லாமல் படுத்திருந்தான். மூச்சு மட்டும் சீர் இல்லாமல் அவ்வப்போது வந்து கொண்டிருந்தது. வைத்தியர் அவன் உயிர் பிழைக்க மிகச் சிறிய அளவில்தான் நம்பிக்கை இருக்கிறது என்று சொல்லி விட்டுப் போனார்.

நித்தம் காலை, மாலை என இரு வேளைகளும் குடிலுக்கே வந்து மருத்துவம் பார்த்துப் போனார் வைத்தியர். அரசாங்கத்துக்குச் செய்தி சொன்னார்கள். நடந்த விஷயங்களை மறைத்து விட்டு, இரவில் பிளிறல் அதிகமாக இருக்கவே பார்க்கப் போனவனை யானை தூக்கிப் போட்டு மிதித்து விட்டது என்றார்கள். அரசு வைத்தியரும் வந்து பார்த்து விட்டு சிகிச்சையில் சில மாற்றங்கள் சொன்னார். மூன்றாம் நாளில் நரது கண் விழித்தான்.

அவன் உடலில் உயிர் மட்டும்தான் மிச்சமிருந்தது. கை, கால்கள் முழுக்க நிரந்தரமாகச் செயலற்று விட்டன. இனி எங்கும் அவன் அசைய முடியாது. தின்பது, தூங்குவது, கழிவது என எல்லாம் அதே இடத்தில்தான். அதிர்ச்சியில் பேச்சும் போயிருந்தது. பேச முயன்றால் வினோத ஒலிகளை மட்டுமே எழுப்ப முடிந்தது. கண்களும், காதுகளும் செயல்பட்டன.

சந்தா அவனுக்கு நீரூட்டுவது, சோறூட்டுவது முதல் குளிப்பாட்டுவது, உடுத்தி விடுவது, மூத்திரமும் மலமும் சுத்திகரிப்பது என எல்லாமும் பார்த்துக் கொண்டாள். தம்மாவுக்கே அவள் நரதுவின் மீது அத்தனை அக்கறையாக இருப்பது வியப்பாகவும் நிம்மதியாகவும் இருந்தது. ஆனால் நரதுவின் உடல்நிலை தேறுவதில் சந்தாவுக்கு என்ன விருப்பம் இருக்க முடியும் எனத் தம்மாவுக்குக் குழப்பமாக இருந்தது. அவன் அவளுக்குத் துரோகம் செய்து தன்னை அடைய முற்பட்டவன். அன்று இரவு யானை மிதிக்கவில்லை எனில் தன்னைச் சிதைத்திருப்பான். அப்படியானவன் குணமாகி இயல்பானாலும் அவனோடு சந்தா வாழ விரும்புவாளா? இக்கேள்விக்குத் தம்மாவிடம் விடை இல்லை. ஒன்று சந்தா அவ்வளவு தூரம் நல்லவளாக இருக்க வேண்டும் அல்லது அவளுக்கு நரது மீது கண்மூடித்தனமான காதல் இருக்க வேண்டும். ஒருவேளை கலவி மறுபடி கிடைக்கத் தொடங்கும் என்பதால் மற்ற எல்லாவற்றையும் மன்னிக்கத் தயாராகி விட்டாளா என ஒரு முறை ஓர் எண்ணம் எழுந்தது. திடுக்கிட்டுத் தலையை உலுக்கிக் கொண்டாள். என்ன ஆபாசமான சிந்தனை!

சந்தாவின் சிசுருஷை நிமித்தமேனும் நரது எழுந்து நடமாட வேண்டும் என்று எண்ணிக் கொண்டாள் தம்மா. அவளும் அவ்விரவின் அதிர்ச்சியிலிருந்து மீண்டு கொண்டிருந்தாள்.

உறவினர்கள் பலர் வந்து பார்த்து ஆறுதல் சொன்னார்கள். சந்தா பேருக்குக் கொஞ்சம் அழுதாள். கணவன் இன்னொருத்தியிடம் படுக்கப் போவதை விட, அதன் வழி தன்னை மலடி என நிரூபிப்பதை விட, இப்படி முடமாகிப் போவது குறைந்த துயரம் தருவதாக இருந்திருக்கலாம் எனத் தோன்றியது தம்மாவுக்கு. இந்தச் சூழலில் சந்தாவைத் தனியே விடுத்துப் போவது சரியல்ல என்று அவளுக்குத் தோன்றியது. எனவே தலைநகருக்கு நகர்ந்து, மின்சா வேலையில் சேர்ந்து, அவர்கள் இருவரும் மணம் செய்து கொள்ளும் திட்டத்தை ஒத்திப் போட்டார்கள். மின்சாவுக்கு உண்மையில் மனமே இல்லை. அங்கே குதிரை லாயத்தில் அவன் போகும் வரை வேலையை வைத்துக் கொண்டு காத்திருக்க மாட்டார்கள், உடனே மாற்று ஏற்பாடு செய்து விடுவார்கள். ஆனால் அது தம்மாவின் முடிவு. மறுத்துப் பேச அவனுக்கு மனமும் இல்லை, திராணியும் இல்லை. பொறுத்தான்.

ஆனால் இன்னொரு விஷயம் அவனை அங்கே பிடித்து வைத்தது. யானையைப் பார்க்க ஆள் வேண்டும். அதுவும் இப்படி ஒரு சம்பவம் செய்திருக்கும் சூழலில் அதை அப்படியே விட முடியாது. அப்படி யானையைப் பராமரிக்க ஆளற்றுப் போனது அரசாங்கத்துக்குத் தெரிய வந்தால் கடும் தண்டனை சம்மந்தப்பட்ட எல்லோருக்கும் கிடைக்கும். அதனால் மாற்று ஆள் வரும் வரையேனும் அவன் அங்கு பணியிலிருந்தாக வேண்டியது கட்டாயம்.

அது யானைப் பாகனாகத் தேற வேண்டும் என்ற அவனது ஆசைக்குக் கிடைத்த வாயில்.

ரத்த நந்தகாவை மின்சாதான் இப்போது பார்த்துக் கொள்கிறான். அந்த இரவில் கண்ட யானையின் ஆக்ரோஷம் தந்த அதிர்ச்சியும் அச்சமும் முற்றிலும் விலகாமல் மிச்சம் இருந்ததால் அதனிடமிருந்து சற்று விலகியே இருக்கிறான். பட்டும் படாமல் தொட்டும் தொடாமல் யானை மேய்த்தான். அதுவும் சற்று பதற்றத்துடனேதான் காணப்பட்டது.

மின்சா ஓரிரு முறை தனித்த சந்தர்ப்பம் கிடைக்கையில் தம்மாவை இழுத்து அணைத்து முத்தமிட முயன்றான். அவள் போதிய ஆர்வம் காட்டாததால் முழுக்க மீண்டு அதற்குத் தயாராகவில்லை எனப் புரிந்து தொந்தரவு செய்யாமல் ஒதுங்கி நின்று காத்திருந்தான்.

அந்த இரவுக்குப் பின் ரத்த நந்தகாவிடம் எந்த வித்தியாசமும் இன்றி முன்பு போலவே பழகியது தம்மா ஒருத்திதான். அவளுக்கு அந்த யானை மீது எந்தப் பயமும் இல்லை. இப்போதும் மனம் பாரமாக இருக்கும் போதெல்லாம் அதன் மடியில் தஞ்சம் புகுந்தாள்.

நாட்கள் மிக மெதுவாகவும் நகர்வது போலிருந்தது. உற்சாகமற்ற நாட்கள் அப்படித்தாம்.

★

அரசு ரத்த நந்தகாவைக் கவனித்துக் கொள்ள யானைப் பாகன் தேடுவதாக அறிவித்தது.

ஆனால் அந்த யானையின் நிலை பற்றிய செய்திகள் அறிந்து பாகன்கள் எவரும் அங்கே வர மறுத்து விட்டார்கள். யாழதேவி அவர்களின் சம்பளத் தொகையை இரண்டு மடங்கு ஆக்கச் சொன்னாள். அப்போதும் எவரும் முன்வரவில்லை. அடுத்து போகாதவர்களைக் கடுமையாகத் தண்டிப்போம் என மிரட்டச் சொன்னாள். "போகாவிடில் கொல்வீர்கள் எனில் யானையிடம் போனாலும் அதுதானே?" எனக் கேட்டார்கள். அரசு யோசித்தது.

யாழதேவி விஷயத்தை ஆறப் போடச் சொன்னாள். நரதுவின் மனைவியான சந்தாவை ஆலோசனை கேட்டறிய ஆட்களை அனுப்பினாள். அவள் மின்சாவைக் கை காட்டினாள்.

மின்சாவைத் தற்காலிகப் பொறுப்பாளனாக நியமித்தது அரசு. இன்னொரு வகையில் அவனுக்கு அது மிகுந்த சுதந்திரம் கிடைத்தது போல் ஆகி விட்டது. இப்போது அவன் பாகனுக்கு நிகர். அந்த முகாம் மொத்தமும் அவனது கட்டுப்பாட்டில். சந்தா குடிலில் நரதுவுடன் முடங்கி விட, இஷ்டம் போல் தம்மாவுடன் நேரம் செலவிட்டான் மின்சா.

தம்மா மெல்ல இயல்பு நிலை திரும்பினாள். புன்னகை செய்ய ஆரம்பித்தாள், சிரிக்கத் தொடங்கினாள், துடுக்குப் பேச்சு மீண்டது. மின்சாவுடன் இணக்கம் காட்டினாள். பழைய நெருக்கம் துளிர்த்தது. சின்னச் சின்ன சில்மிஷங்கள் அனுமதித்தாள். ஆனால் எல்லைக் கோடு வகுத்துக் கொண்டாள். மற்றதெல்லாம் திருமணம் முடிந்த பின் என்றாள். மின்சா சிணுங்கினான். தம்மா அதில்

சிலிர்த்தாள், கிறங்கினாள். ஆனால் இறங்கி வரவில்லை; இறுக்கம் தளர்த்தவில்லை. “கல்நெஞ்சக்காரி” என்று கூறி கன்னத்தில் எச்சில் படாமல் புனித முத்தமிட்டான் மின்சா. தம்மா மகிழ்ச்சியாக அவனைக் கட்டிக் கொண்டாள்.

மின்சா அந்தக் கூத்தாடலுக்கு இடையிலும் காரியத்தில் கண்ணாக இருந்தான். சின்னச் சின்ன நுணுக்கங்கள் மூலம் கொஞ்சம் கொஞ்சமாக ரத்த நந்தகாவை நெருங்கினான்.

அன்றைய இரவில் நடந்த அசம்பாவிதம் யானையின் கோபம் என்பதை விட ஒரு விபத்து என்றே அவன் நம்ப விரும்பினான். அல்லது அது தன் இணையைப் பிரிந்த மனநிலை என்றாலும் அதிலிருந்து அது நகர்ந்து வந்து விட முடியும் என நினைத்தான். எனவே அதற்கு அது விரும்பிய உணவைக் கொடுத்தான், வேண்டிய உறக்கத்தை அளித்தான், நீரில் நிறைய நேரம் விளையாட அனுமதித்தான். அதன் சங்கிலியைத் தளர்த்துவதை மட்டும் தவிர்த்தான். வெள்ளை யானை மெல்ல அவனை ஏற்றுக் கொள்ள ஆரம்பித்தது.

பிற்பகல் தீர்ந்த இளவெயில் நேரத்தில் தம்மாவும் மின்சாவும் யானைச் சவாரி செல்ல ஆரம்பித்தார்கள். ஒவ்வொரு முறை இறங்கிய பின்பும் ரத்த நந்தகாவின் தந்தங்களைப் பற்றிக் கொண்டு அதன் மத்தகத்தில் முத்தம் தந்தாள் தம்மா. எல்லா முறையும் அதன் உடலில் சிலிர்ப்பை உணர்வாள். ஆனால் அதைத் தவிர எந்த எதிர்வினையும் இராது. பெருமூச்சு விடுவாள். ‘கல்லுளி மங்கன்’ என்று மனதில் அதைத் திட்டிக் கொள்வாள்.

தம்மாவும் மின்சாவும் பகலில் அந்த முகாமில் பேசிச் சிரித்துத் திரிந்தார்கள். சந்தா அதை வேடிக்கை பார்த்திருந்தாள். அவள் அதைத் தடுக்கவும் இல்லை, ஊக்குவிக்கவும் இல்லை. தம்மா அது பற்றிக் கவலைப்படவில்லை. அவளுக்கு வாழ்க்கை மீண்டாற் போல் இருந்தது. இனி துயர் இல்லை. அவர்கள் தலைநகருக்குப் புலம்பெயரவும் கூட அவசியமில்லை. அவர்கள் அங்கிருந்து ஓட நினைத்தது நரதுவுக்கு அஞ்சி. இனி மேல் அவனால் தொந்தரவு இல்லை. அவன் எழுந்து நடமாட ஆரம்பித்தாலும் பழையபடி அதிகாரம் அவனிடம் இல்லை. எனவே பிரச்சனை ஏதும் செய்ய அவனால் இயலாது.

மின்சாவுக்கும் வேலை இருக்கிறது, நல்ல தொகை சம்பளமாக வருகிறது. அவன் அங்கே தற்காலிக நியமனத்தில்தான் இருக்கிறான்

என்றாலும் அவனை மாற்றி விடுவார்கள் என தம்மாவுக்குத் தோன்றவில்லை. அந்த வீட்டில் நிலைமை கொஞ்சம் சரியானதும், அதாவது நடப்புத் துக்கம் ஓரளவு வடிந்ததும், அவர்கள் திருமணம் செய்து அங்கேயே வாழலாம். முரண்பட்ட நால்வரும் அந்த முகாமிலேயே மகிழ்ச்சிகரமாக இருக்கலாம்.

தம்மா அப்படித்தான் கணக்குப் போட்டாள். மின்சாவிடமும் சொன்னாள். குதூகலமாகக் கேட்டவனுக்கு அவளை முழுதாக ஆளும் நாள் நெருங்குகிறதென மகிழ்ச்சிக் கிறுக்கில் இளித்து நின்றான். தம்மாவைச் சந்தாவிடம் சீக்கிரம் பேசும்படி வற்புறுத்தினான். அவள் ஒத்திப் போட்டு, தாமதப்படுத்தி ஒரு நாள் தயக்கமாகச் சந்தாவிடம் போய்ப் பேசினாள்.

சந்தா தம்மாவை உற்றுப் பார்த்து விட்டு யோசித்தாள். பின் ஏதோ கணக்கிட்டு விட்டு, அச்சம்பவம் நடந்ததில் இருந்து ஓராண்டு போகட்டும் என்று சொல்லி விட்டாள். தம்மா மேற்கொண்டு ஏதும் பேசவில்லை. 'சரி' என அதற்குத் தலையாட்டி விட்டு நகர்ந்தாள்.

மின்சாவிடம் வந்து சொன்னதும் அவன் முகம் வாடியது. இன்னும் முழு ஆறு மாதங்கள் இருக்கின்றன. தம்மா சமாதானம் செய்தாள் "எங்கேயடா போய்விடப் போகிறேன்?"

மின்சா புன்னகை செய்தான். அவர்களின் சுற்றல் அதிலிருந்து அதிகமானது. இணைப் பறவைகள் போல் அந்தப் பிரதேசத்தில் ஒன்றாகவே அலைந்தார்கள். ரத்த நந்தாகாவும் ஓரளவு பழகி விட்டதால் அதன் முதுகில் தம்மாவை அழைத்துக் கொண்டு சுற்றினான்.

நரதுவுக்குச் சரியாகும் என்ற நம்பிக்கை அறுந்து விட்டது. ஒரு முன்னேற்றமும் இல்லை.

அவன் மௌனமாக எல்லாவற்றையும் பார்த்திருந்தான். அழுகிறானா என அவ்வப்போது எட்டிப் பார்ப்பாள் சந்தா. தன் குற்றங்களை நினைத்து அதற்கு தண்டனை கிடைத்ததை எண்ணி அவன் வருந்துகிறானா என அறிய விரும்பினாள். ஆனால் அவன் அப்படி ஒரு சந்தர்ப்பத்தை அவளுக்கு அளிக்கவே இல்லை. கல் போல் உணர்ச்சியற்றுக் கிடந்தான்.

★

ஒருமுறை ரத்தநந்தகா முதுகில் சவாரி செய்து கொண்டிருக்கையில் தம்மா கேட்டாள்

“மின்சா, அன்று இரவு இது ஏன் அவ்வாறு நடந்து கொண்டது?”

“முன்பு இது தொடர்பாக நரது சொன்ன அதே ஊகம்தான்.”

“ம்.”

“சியாமில் விட்டுப் பிரிந்து வந்த இதன் இணையை எண்ணித்தான் எல்லாமும். இங்கு உலவும் மனிதர்கள் எவரெனினும் தன் நிலைக்குக் காரணமானவர்கள் அவர்களே என்று எண்ணிக் கொள்கிறது. எனவே விரோதம் பாராட்டுகிறது. அன்று அது நரது. ஆனால் எப்போது, யார் வேண்டுமானாலும் சிக்கலாம் என்பதாகவே எனக்குத் தோன்றுகிறது.”

“எனில், உனக்கும் ஆபத்து விளைவிக்குமா என்ன?”

“ம்.”

“ஒன்றுமில்லை. வெள்ளையன் நல்லவன். நாயகன். கெட்டவர்களை மட்டுமே துவம்சம் செய்வான். நீ நல்லவன், என்னவன். உனக்கு ஒன்றும் ஆகாது. சரிதானே, ரத்த நந்தகா?”

யானையின் முதுகைத் தட்டிக் கேட்டாள் தம்மா. அது பிளிறியது. அதில் ஒரு மாசற்ற உற்சாகம் இருந்தது. அவளது கேள்வியை வலுவாக ஆமோதிக்கும் தொனி இருந்தது!

சமீப நாட்களாக நிம்மதியாக உறங்குகிறாள் தம்மா. அப்பாவின் மறைவுக்குப் பிறகு அவள் தன் அக்காளை அண்டி வந்த பிறகு அவளுக்கு ராத்திரிகளில் விநோத ஓசைகள் கேட்கும். முனகல், பெருமூச்சு, அடிக்குரல் உரையாடல், சில சமயம் மெல்லிய அலறல் என வெவ்வேறு வடிவில். முதலில் சில நாட்கள் புரியாமல் பயந்தவள் அது சந்தா மற்றும் நரது இடையிலான ஆபத்தற்ற இரவு விளையாட்டு என்ற அளவில் புரிந்து கொண்டாள்.

மறுநாள் காலைகளில் அக்காளின் முகம் பார்த்து அதனை உறுதி செய்து கொண்டாள். ஆனால் அதை ஏன் ஆடையின்றி விளையாடுகிறார்கள் என்பதுதான் விளங்கவில்லை.

தம்மா வயதுக்கு வந்த மூன்று மாதங்களில் விஷயம் தெளிவாகப் புரிந்து போயிற்று.

அதன் பிறகு ஓசை கேட்டால் இறுகக் கண்களை மூடிக் கொள்வாள். பின் காதுகளைப் பொத்திக் கொள்வாள். ஆனால் மனதினை மட்டும் மூட முடிந்ததில்லை. யாரோ ஒரு முகமற்ற ராஜகுமாரன் புரவியேறி தன்னை அடைய வருவது போல் கற்பனை செய்து கொள்வாள். உளம் பிழை செய்கிறதோ எனக் குற்றவுணர்வு எழும். ஆம், இல்லை என இரு புறமும் வாதாடிக் களைப்புற்று அப்படியே தூங்கிப் போவாள். பிறகு மின்சாவின் மீது காதல் வந்ததும் அந்த ராஜகுமாரனுக்கு மின்சாவின் முகத்தைப் பொருத்தினாள்.

இப்போது குற்றவுணர்வு இல்லாமல் நெருங்கிப் புழங்கினாள். நேரில் மின்சா பேசும் ஆபாச விஷயங்களுக்கு - பதிலளிக்க இயலாமல் தவித்தவற்றுக்கு - தனித்த இரவின் தாழாக் குளிரில் அந்த ராஜகுமாரனிடம் இன்னும் ஆபாசமாகப் பதில் சொன்னாள்.

ஒற்றை இரவின் பயங்கரத்தில் நரது படுக்கையோடு மல ஜலம் கழிக்கும் நிலைக்கு வந்து முடங்கிய பின் சிருங்கார ஒலிகள் ஏதுமில்லாமல் நிம்மதியாகத் தூங்கினாள்.

பல மாதங்களுக்குப் பின் முந்தைய அதே ஒலி கேட்ட போது திடுக்கிட்டு விழித்தாள்.

அது நிச்சயம் சந்தாவின் முனகல். அது எப்படி சாத்தியம் ஆகும்? ஒரு வேளை தனியாக சுயமாகவா? அல்லது நரதுவின் மீதேறி ஏதும்? அவளுக்கு ஆர்வம் தாங்கவில்லை. பார்க்க வேண்டும் என உந்துதல் எழுந்தது. அதே சமயம் தன் புத்தியின் வக்கிரத்தை ஏசினாள்.

தூக்கம் முற்றிலும் கலைந்து விட, காதுகளைக் கூர்மை செய்தாள். இன்னொரு முனகல், சந்தா தவிர. நிச்சயம் ஆண் குரல். ஆனால் நரது இல்லை. இன்னும் இளமையான குரல்.

தம்மா உள்ளுணர்வு உந்தித் தள்ளப் பதற்றமானாள். ஒருவேளை அப்படி இருக்குமோ?

மனதில் அப்படிப் பட்டு விட்ட பின் உதாசீனம் செய்யலாகாது. இனி இங்கிதம் பார்க்க இயலாது. சட்டென அறைக் கதவைத் திறந்து குடிலின் பெரிய அறைக்குள் நுழைந்தாள். அங்கே அவள் கண்ட காட்சி ஆயுளுக்கும் மறக்காத சித்திரமாக மனதில் பதிந்தது.

இரு நிர்வாண உடல்கள். மல்லாந்திருந்த மின்சாவின் மீது சந்தா ஏறி இயங்கியிருந்தாள்.

கதவு திறந்த சப்தம் கேட்டு சந்தா, மின்சா இருவரும் திரும்பிப் பார்த்தார்கள். மின்சா அதிர்ந்து எழ முயற்சி செய்ய, சந்தா அவனை விடாமல் அழுத்தி வைத்துத் தொடர்ந்து விட்டுச் சில கணங்களில் எழுந்து நிதானமாகத் தன் ஆடைகளை எடுத்து அணிந்து கொண்டு கூந்தலை அள்ளி முடிந்தாள். மின்சாவும் அவசரமாக உடை தேடி அணிந்து வந்து தம்மாவின் முன் மண்டியிட்டு அவளது கைகளைப் பற்றிக் கொண்டு அழுதான்.

தம்மா ஏதும் பேசாமல் அப்படியே நின்றிருந்தாள். அது கனவாக இருக்கலாகாதா என நப்பாசை எழுந்தது அவளுக்கு. இதோ விழித்துக் கொண்டு கனவு எனப் புரிந்து நிம்மதிப் பெருமூச்சு விடப் போகிறோம் எனக் காத்திருந்தாள். ஆனால் அப்படி நடக்கவில்லை.

திரும்பிப் பார்த்தாள். நரது அறையின் மூலையில் மல்லாந்து படுத்திருந்தான். அவனது கண்களில் நீர் ஊற்றாக உற்பத்தியாகி கன்னங்களில் வழிந்து கொண்டே இருந்தது.

தம்மாவிடம் தினமும் மன்னிப்புக் கேட்டான் மின்சா. அது தன் தவறு இல்லை, சந்தா அழைத்த போது தன்னால் மறுக்க முடியவில்லை என்றான். தலை குனிந்தபடி அதற்கு தம்மா அவனைக் காத்திருக்க வைத்துப் பட்டினி போட்டதுதான் காரணம் என்றான்.

தம்மா அவனை ஒரு முறை நிமிர்ந்து பார்த்து விட்டுத் திரும்பிக் கொண்டாள். அவள் அவனிடம் ஏதுமே பேசவில்லை. ஒரு சொல் கூட உதிர்க்கவில்லை. சந்தாவிடமும் கூட மௌனமே பேணினாள். சாதாரணக் கேள்விகளுக்குக் கூட பதில் சொல்லவில்லை.

கண்ணுக்குத் தெரியாத பூதம் ஒன்று அவளிடமிருந்த மொத்த சொற்களையும் பிடுங்கிக் கொண்டது போலிருந்தது. அல்லது யாரோ ஒரு கொள்ளையன் இரவோடு இரவாக அவள் நாக்கைத் துண்டித்துத் திருடி எடுத்துப் போனது போல் தோன்றியது. மின்சா அவளிடம் மன்னிப்புக் கேட்டுக் கேட்டு அலுத்து விட்டான். இப்போது அவனுமே பேசுவது இல்லை. கல்லில் எவ்வளவு காலம் நீரோடினாலும் கரையாது. கல்நெஞ்சக்காரிகளும் அப்படியே!

ஒழுக்கம் கெட்டவனுக்கு இத்தனை ரோஷம் வேறா எனக் கேள்வி எழுந்தது தம்மாவுக்கு.

ஆனால் தான் மட்டும் சுத்தமா? மின்சாவின் கண் முன்னாலேயே நரது தம்மாவின் முலை பற்றியிருக்கிறான். கூசிப் போய் நின்றிருக்கிறாள். அதை எல்லாம் ஒரு நாளும் மின்சா பொருட்படுத்தி விலகியதில்லை, கோபித்ததில்லை. இன்னும் சொன்னால் இப்போதைய அவளது விலக்கத்தின் போது கூட சொல்லிக் காட்டியதில்லை. அப்படி எனில் அவன் என் உடலின் களங்கம் பொருட்படுத்தாமல் என் மனதைக் காதலிப்பதாகத்தானே அர்த்தம்?

ஆனால் அதுவும் இதுவும் ஒன்றா? தான் நிஜமாகவே மனதால் அழுக்குறாதவள். நரது தன்னைத் தீண்டியதெல்லாம் நாயிடம் கடிபட்டது போல்தான். அதற்கு தான் பொறுப்பு ஆக முடியாதே! மின்சாவின் செயல் அப்படிப்பட்டதா? அவன் சம்மதித்து சந்தாவிடம் சாய்ந்திருக்கிறான்! எனில் உடல் மட்டுமின்றி மனம் கறைபட்டதாகத்தானே பொருள்?

சரி, அவனாவது ஆண். உலகம் ஆணுக்கும் பெண்ணுக்கும் தனித்தனியான ஒழுக்கக் கோடுகளைத்தான் வைத்திருக்கிறது. சந்தாவுக்கு என்ன கேடு வந்து தொலைந்தது?

சந்தா தம்மாவிடம் பேசத் தொடர்ந்து முற்பட்டாலும், மன்னிப்போ வருத்தமோ ஒரு சொல்லும் தெரிவிக்கவில்லை. அதைப் பற்றியே ஏதும் பேசவில்லை. தான் செய்ததில் தவறு ஏதும் இருப்பதாக அவள் கருதவில்லை என்பதைத் தம்மாவுக்கு உணர்த்தினாள். ஆனால் மின்சா போல் சந்தா அவளிடம் பேசுவதை ஒருகட்டத்தில் நிறுத்தி விடவில்லை. ஒன்றுமே நடக்காதது போல் சகஜமாகப் பேசிக் கொண்டேதான் இருந்தாள். தம்மாவின் அமைதியைச் சந்தா பொருட்படுத்தவே இல்லை என்கிற செய்தியும் அதில் இருந்தது.

கோடை காலம் தொடங்கியது. வனத்தை விட மனத்தில்தான் தகிப்பு அதிகமிருந்தது.

★

பாகம் 4: வால்

மனதால் தனித்து விடப்படும்போதுதான் கொடூரமான தனிமையை அனுபவிக்கிறோம்.

ஒரு நாள் இரவு தம்மா யோசித்தபடி படுத்திருந்தாள். இப்படி வீம்பில் எல்லோரையும் ஒதுக்கி எதை அடையப் போகிறேன்? சந்தா இத்தனை ஆண்டுகளும் தினம் புணர்ச்சி கண்டவள், காலைக் கடன் போல் கலவியும் தினசரிகளில் அங்கமாகி விட்ட ஒன்று. திடீரென ஒற்றை ராத்திரியில் இனி உடற்சுகம் கிடையாது என்று சொன்னால் என்ன செய்வாள்? அதுதான் தடுமாறி விட்டாள். மின்சாவும் இத்தனை நாளும் என் காலைக் கட்டிக் கொண்டு கிடந்தவன். எத்தனையோ முறை கெஞ்சி இருக்கிறான், நான்தான் கறாராகப் பிடிவாதமாக இருந்து விட்டேன். அப்படிப் பட்டினி போட்டதன் விளைவாக சந்தா அழைத்ததும் சலனப்பட்டு விட்டான். தனக்கு உரிமை இல்லாத பெண் கலவிக்கு அழைக்கும் போது பெரும்பாலும் ஆண் மறுப்பதே இல்லை. அது அவனுக்கு வாய்ப்பு, அது அவனுக்கான அங்கீகாரம். தவிர, அப்போது மறுத்தால் அது அவனது இயலாமை என்றும் தூற்றப்படும். அதைத் தவிர்க்க ஆண் இயல்பாகவே இணங்கிப் போகிறான்.

அது மனமோ உடலோ, எப்போதும் உறவைத் தேர்ந்தெடுக்கும், தீர்மானிக்கும் இடத்தில் பெண்ணே இருக்கிறாள். அந்த வகையில் பார்த்தால் மின்சாவும் ஆண் - பெண் உறவுச் சதுரங்கத்தின் பலிகடாதான். சந்தா, மின்சா இருவருமே சூழ்நிலையின் கைதிகள்தாம்.

அதே சமயம் சந்தா செய்தது நரதுவைப் பழி வாங்கத்தானோ என்று தோன்றியது. அதே அறையில் அவன் கண் முன்னே அந்தக் களியாட்டத்தை நிகழ்த்தி இருக்கிறாள், அதுவும் தன் தங்கையின் காதலன் என்று தெரிந்தும், தன்னை விட வயதில் மிகச் சிறியவன் என அறிந்தும். எவ்வளவு நெஞ்சழுத்தம் சந்தாவுக்கு! நீ சிறுபெண்ணை அடைய நினைத்தால், நான் மட்டும் சளைத்தவளா என்ற ஆங்காரத்தை அதன் வழி வெளிப்படுத்துகிறாளோ!

அது சந்தாவின் இயல்பல்ல. இத்தனை காலமும் சாந்தமானவளாக, விட்டுத் தருபவளாக, வலியை ஏற்றுக் கொள்பவளாகவே அவளைப்

பார்த்திருக்கிறாள் தம்மா. அவளே இப்படி மாறி நிற்கிறாள் எனில் எவ்வளவு தூரம் அவள் மனம் ஆற்றாமையில் உழன்றிருக்கிறது!

தம்மாவுக்கு சந்தா, மின்சா இருவர் மீதும் இப்போது பரிதாபமே எஞ்சியது. பாவம்தான்.

நாளையே அவர்கள் இருவரிடமும் பேசிச் சமாதானமாகி விடலாம் எனத் தீர்மானித்தாள். குறிப்பாக மின்சாவின் கைகளை மறுபடி பற்றித் திரிய வேண்டும். ஆனால் இனி இங்கே இருக்க முடியாது, கூடாது. அது மூவருக்கும் நல்லது இல்லை. உடனே மின்சாவுக்கு ஒரு வேலை பார்த்துக் கொண்டு தலை நகருக்கோ வேறு எங்கோ நகர்ந்து விட வேண்டும்.

முக்கியமாக இன்னொன்று செய்ய வேண்டும். இனியும் மின்சாவைப் பட்டினி போடக் கூடாது. திருமணம் என்பது ஊருக்கு அறிவிக்கும் ஒரு வெற்றுச் சம்பிரதாயம் மட்டுமே. இருவரின் மனமும், உடலும் கலவிக்குத் தயாராகி விட்ட பிறகு எதற்கு அதை ஒத்திப் போட்டு இத்தகு சூழல்களுக்கு இட்டுச் செல்ல வேண்டும்? நாளை காலை சமாதானம் பேசி விட்டு நாளை இரவே... எங்கே செய்யலாம்? மின்சாவும் சந்தாவும் கலந்த இந்தக் குடிலில் வேண்டாம். தன்னை நரது இழிவு செய்த அந்தக் கொட்டடியும் வேண்டாம்.

பிறகு எங்கே செய்யலாம்? இப்பரந்த மேய்ச்சல் காடுகளில் எங்கேனும்? அந்த முகாமில் யானை குளிக்க இருக்கும் சிறிய குளத்தில் நீருக்குள் நீந்தியபடி? அல்லது அவர்களை ஒன்றிணைத்த ரத்த நந்தகாவின் முதுகில்? சிரித்துக் கொண்டாள். வெட்கப்பட்டாள்.

மனம் இனிப்பாக இருந்தது. அந்த இன்பத்தின் நுகர்வில் மிதந்தபடி தூங்கிப் போனாள்.

பின்னிரவில் அந்தச் சப்தம் கேட்டுத் திடுக்கிட்டுக் கண் விழித்தாள். அதே ஓசைகள். ஆவேசத்தின் பெருமூச்சுகள் அந்தக் குடிலில் நிரம்பின. தம்மா அழ ஆரம்பித்தாள்.

மறுபடியுமா! எனில் சந்தா, மின்சா இருவரும் இதைக் கை விடுவதாக இல்லை. தம்மா அருவருப்பாக உணர்ந்தாள். முக்கியமாக மின்சாவுக்கு எப்படி மனம் வந்தது? எனில் அவன்

கேட்ட மன்னிப்புக்கு எல்லாம் என்ன பொருள்? செய்த தவறுக்கு மட்டுமானதா மன்னிப்பு, அதே தவறை மறுபடி செய்ய மாட்டேன் என்ற சத்தியத்தை உள்ளடக்கியது அல்லவா மனப்பூர்வமான மன்னிப்பு! முதல் முறை செய்ததை உணர்ச்சிவசத்தின் பிழை எனக் கடந்தாலும் இப்போது செய்து கொண்டிருப்பது அசலான நம்பிக்கை துரோகம்!

மறுநாள் விடிந்தது. இரவு முழுக்க அழுததில் தம்மாவின் கண்கள் சிவந்து மனம் இறுகிப் போயிருந்தது. அன்றொரு நாள் சந்தா இரவு முழுக்க அவளை அணைத்தபடி படுத்துக் கொண்டிருந்ததன் முழு வீரியமும் விளங்கியது. அவள் தொய்வடைந்திருந்தாள், ஆனால் தெளிந்திருந்தாள். வெறுமை அவள் மனதைச் சூழ்ந்திருந்தது. பல ஆண்டுகளுக்கு முன் அம்மாவுடனான சண்டையின் போது அவளது தந்தையார் சொன்னது நினைவு வந்தது -

“எல்லா ஆம்பளையும் வல்லுறவாளன்தான். எல்லாப் பொம்பளையும் விபச்சாரிதான். நம்ம நாகரிகம் அதை ஆழ்மனசுல போட்டு புதைச்சு வெச்சிருக்கு. தேவை இருந்தா, வாய்ப்பு அமைஞ்சா அது வெளிப்படும். அதுவரைக்கும் எல்லோரும் நல்லவங்கதான்.”

அது உண்மைதானோ எனத் தம்மாவுக்குத் தோன்றியது. இந்த யதார்த்தத்தோடு வாழப் பழகுவதே நிம்மதிக்கு வழி. நாமாக ஒரு கனவும் கற்பனையும் கட்டிக் கொண்டிருந்தால் ஏமாற்றமே மிஞ்சும். தனக்கு இரண்டு வழிதான் இருக்கிறது எனப் புரிந்தது அவளுக்கு.

ஒன்று இந்தக் குரூர யதார்த்தத்தோடு சமரசம் செய்து கொண்டு இதற்குள் வாழ்வது. அல்லது இதிலிருந்து வெளியேறுவது, குறைந்தது தற்காலிகமாக. இரண்டாவதைத் தேர்ந்தாள் தம்மா. முந்தைய நாட்களைப் போலவே சந்தாவோடும், மின்சாவுடனும் அவள் பேசவில்லை. ஆனால் இம்முறை மனதில் எந்தக் குழப்பமோ பாரமோ இல்லை.

வெறுமையை நிரப்ப கொட்டடியில் ரத்த நந்தகாவிடம் சற்று நேரம் செலவழித்தாள். அதன் விலங்குகளை விடுவித்தாள். அது என்ன நினைத்ததோ, நாயின் குழைவோடு குனிந்து அவளருகே உட்கார்ந்து முதுகு காண்பித்தது. அவள் வியப்புடன் அதன்

முதுகில் சிரமப்பட்டு எட்டி ஏறினாள். அப்படித் தனியாக அதன் முதுகில் ஏறுவது அதுவே முதல் முறை. எப்போதும் அது நின்று கொண்டிருக்கும், முதலில் மின்சா லாகவமாக அதன் முதுகில் ஏறுவான். பின் கை கொடுத்து தம்மாவையும் ஏற்றிக் கொள்வான். மனநிலை பொறுத்து அவனுக்கு முன்னாலோ பின்னாலோ உட்கார்ந்து கொள்வாள். இப்போது தானே ஏறியது புதிதாக இருந்தது. அத்தனிமை மகிழ்ச்சியாவும் கர்வமாகவும் இருந்தது.

யானையானது ஒரு நாயைப் போலவோ, பூனையைப் போலவோ, ஆடு, மாடு போலவோ இல்லை. அவை சாது அல்லது மனிதனின் பலத்தை உணர்ந்தவை அல்லது இணங்கிப் போவதன் லாபங்கள் உணர்ந்தவை. யானைக்கு அப்படி எந்தத் தேவையும் இல்லை. ஆனாலும் அது பெரும்பாலும் மனிதனைத் தொடாமல் இருப்பது அதன் கருணைதான்.

ரத்த நந்தகா எழுந்து கொண்டு கொட்டடியை விட்டு வெளியே வந்தது. அதை எப்படித் திசைப்படுத்துவது எனத் தம்மாவுக்குப் புரியவில்லை. வெண்களிறே தன் இஷ்டத்துக்கு வழியைத் தேர்ந்தெடுத்து நடந்தது. தம்மாவின் மனதைப் படித்தது போல்தான் இருந்தது.

பின் வந்த நாட்களில் தம்மா தவறாமல் தினமும் ரத்த நந்தகா மீதேறி உலாப் போனாள். அதன் பதற்றங்கள் முற்றிலுமாகவே ஒழிந்தது போலிருந்தது. மின்சா அதை வியப்பாகப் பார்த்தான். அவன் அதனை நெருங்கவே பல மாதங்கள் எடுத்துக் கொண்டான். பற்பல நுட்பங்கள் முயன்று, மார்க்கங்கள் கண்டடைந்தே அதைச் சாதிக்க முடிந்தது. ஆனால் இச்சிறுபெண் ஓரிரு நாளில் அதைச் செய்திருக்கிறாள். அவனுக்கு அது புரியவில்லை.

இப்போதும் சவாரி முடிந்து கீழே இறங்கும் போது ரத்த நந்தகாவை மண்டியிடச் செய்து அதன் தந்தங்களைப் பற்றியபடி மத்தகத்தில் முத்தமிடுவதைத் தம்மா நிறுத்தவில்லை.

உள்ளூரப் பரவியோடும் சிலிர்ப்பைத் தாண்டி ஓர் எதிர்வினையும் புரியாமல் மௌனம் காக்கும் ‘கல்லுளி மங்கன்’, ஒரு நாள் திடீரென முத்தம் தந்த பின் தம்மாவின் தலையில் தன் தும்பிக்கை கொண்டு தொட்டது. அவள் மீது தன் எடையின் பலு இறங்கி விடலாகா என்ற கவனத்துடன் செய்த, வாஞ்சை நிரம்பிய,

மிக மென்மையான தொடுகை. தம்மா ஒரு மாதிரி அதை எதிர்பார்த்திருந்தாள் என்றுதான் சொல்ல வேண்டும். என் அன்பின் வெளிப்பாட்டுக்குப் பதிலே சொல்ல மாட்டாயா, அவ்வளவு அகங்காரம், அலட்சியம் என்று மனம் குமைந்திருக்கிறாள். அன்பு தருமிடங்கள் சாதாரணமாகி விடுகின்றன. அது வராத இடத்தில்தான் மனம் விடாமல் தொங்கி அதை எதிர்பார்த்து ஏங்குகிறது.

அன்று மகிழ்ச்சியில் அகம் நிறைந்தாள் தம்மா. மின்சா விளங்காத அக்காட்சியை வியப்புடன் பார்த்தான். அவனுக்கு அக்களிறு மீது மெல்லிய பொறாமை எழுந்தது.

சந்தா அதைப் பெரிதாகப் பொருட்படுத்தவில்லை. தம்மாவுக்கு மறுபடி ஒரு புதிய உறவுக்குள் நுழைகிறோமோ என்ற ஜாக்கிரதை உணர்வு எட்டிப் பார்த்தது. ஆனால் இம்முறை எந்த எதிர்பார்ப்புகளும் இல்லாத உறவு. ஐந்தறிவு ஜீவன் மீதான பிரியம். எனவே எவ்வகையிலும் ஏமாற்றத்துக்கு உள்ளாக வேண்டியதில்லை என்பது புரிந்து நிம்மதி எழுந்தது. யானைக்கும் அவளுக்கும் இடையே ஒரு சூட்சம பாஷை படிந்தது.

சந்தாவும் மின்சாவும் கணவன் - மனைவி போலவே வாழத் தொடங்கி விட்டார்கள். அதே சமயம் அவள் நரதுவைக் கவனிப்பதில் குறை வைக்கவில்லை. ஒரே வித்தியாசம் அவன் படுத்திருந்த மூலையை மறைப்பது போல் ஒரு திரைத்தடுப்பு போட்டுக் கொண்டார்கள்.

இப்போதெல்லாம் தம்மா இரவில் இடையில் ஓசை கேட்டுக் கண் விழித்தால் இயல்பாக மறுபடி தூக்கத்துக்குள் நழுவுவதைப் பழக்கமாக்கிக் கொண்டாள். வசந்த ருது வந்தது.

★

சிறப்பு முகாமின் சூழலே மலர்களும் கனிகளுமாக பல வண்ண மயமாகக் குலுங்கின.

தம்மாவுக்குத் திடீரெனத் தோன்றியது. ரத்த நந்தகா ஏன் இப்படி இங்கே வந்து தன் இணையைப் பிரிந்து வாழ வேண்டும்? யானை என்பது பெருமா! மனிதர்களின் அற்ப யுத்த வெறிக்காக ஏன் வனத்தின் அரசன் போன்ற இந்த பிரம்மாண்ட உயிர் துயருற

வேண்டும்? இணையைப் பிரிந்த சந்தா என்ன செய்தாள்? தன் சொந்தச் சகோதரியின் வாழ்வையே குலைத்து நாசம் செய்து காமம் தேடிக் கொண்டாள். அப்படி இருக்க, இந்த யானை இணையை விலகி வந்த துக்கத்தில் வன்முறையில் ஈடுபடுவது இயல்புதானே!

என்னதான் இப்போது அது மெல்லச் சரியாகி இயல்புக்குத் திரும்பியது போல் பட்டாலும் உள்ளே எங்கோ அடியாழத்தில் அப்பிரிவின் ரணம் இன்னும் ஆறாமல் இருக்கத்தானே செய்யும்! அதே போல் அங்கே சியாமிலும் இதன் இணை அப்படித்தானே துன்பத்தில் திளைத்திருக்கும்! எதற்கு இதெல்லாம்? தான்தான் இந்த மனிதர்களின் கீழ்மையால் இப்படித் தனித்திருக்கிறேன். யானை ஏன் அதே வாதையை அனுபவிக்க வேண்டும்?

தீர்மானித்தாள். ரத்த நந்தகாவை அதன் தாயகத்துக்குத் திருப்பி அனுப்பி விடுவது.

மனிதர்களாகிய தாங்கள் இருவரும் அந்த முகாமை விட்டுத் தலைநகரை நோக்கி ஓடும் திட்டமே தோல்வியுற்று அங்கே தேங்கியிருக்கிறோம். இதில் இந்த வெள்ளை யானையை எல்லாம் அப்படி அனுப்பி வைத்து விட முடியுமா என ஆரம்பத்தில் ஆயாசமாக இருந்தது.

ஆனால் தளராமல் எல்லா விஷயங்களையும் கவனித்தாள். தகவல் சேகரித்தாள். திட்டம் போட்டாள். எங்கே எது தவறிப் போகும் என்று ஊகம் செய்தாள். அவற்றை எதிர்கொள்ள மாற்று ஏற்பாடுகளை யோசித்தாள். துண்டு துண்டாக ஒத்திகை பார்த்தாள். எல்லாம் திருப்திகரமாக இருந்தது. கொஞ்சம் அதிர்ஷடம் மட்டும் துணைக்கு இருந்தால் அனுப்பி வைத்து விடலாம் என்கிற நம்பிக்கை வந்தது. அது எப்போதும் தனக்கு இருந்ததில்லை என்றாலும் இம்முறை இது தனக்கான முயற்சி அல்ல. ரத்த நந்தகாவின் ஜாதகம் சுத்தம் என்றால் அதற்குத் தன் இணையைத் திரும்பப் பார்க்கும் கணம் வாய்க்கும். பார்ப்போம்.

அன்று முற்பகலில் சூரியனின் நிலையை வைத்து நேரம் கணித்து ரத்த நந்தகா முதுகில் ஏறி உலாப் போனாள். அது காவலாளி சிறுநீர் கழிக்கச் செல்லும் நேரம். சரியாக ஆளற்ற சமயத்தில் வேலியைக் கடந்தாள். கவனமாகத் திசை தேர்ந்தெடுத்தாள்.

யானையைத் தான் விரும்பிய திசையில் வழி நடத்தும் பாங்கு இப்போது கை வந்திருந்தது. அது சியாம் எல்லைப் புறத்தில் இருக்கும் வனப்பகுதி நோக்கிய பாட்டை. அன்றைய பகலில் பாதி பயணித்து அந்தக் காட்டினை அடைந்தாள். அங்கே அவள் கீழே இறங்கிக் கொண்டாள்.

பர்மிய அரசின் ராஜ யானை என்பதற்கு அடையாளமாக ரத்த நந்தகாவின் கழுத்தில் தொடங்க விடப்பட்டிருந்த அணிகலன்களை நீக்கினாள். அந்த ஆபரணங்கள் யானை பாதை தவறினாலோ, தப்பிச் சென்றாலோ பிடிக்க. மங்கையோ மிருகமோ நகைகள் அப்படித்தான். அலங்காரப்படுத்தி அடிமைப்படுத்துவதுதான் அவற்றின் உள்நோக்கு! சப்தமெழுப்பும் மணி கொண்ட கொலுசை வயதுப் பெண்ணின் காலில் அணிவிப்பது அழகு பார்க்க மட்டுமா? அவளது நடமாட்டைத்தை எளிதில் கண்காணிக்கவும்தானே!

தம்மா ரத்த நந்தகாவை மண்டியிடப் பணித்தாள். கால்கள் மடக்கி அது அமர்ந்தது. அதன் முகத்தில் அழுத்தமாக முத்தமிட்டாள். ஓர் இறுதி முத்தத்தின் பரிதவிப்பு அதில் இருந்தது. அவள் கண்களின் ஈரம் அந்த மத்தகப் பரப்பில் படர்ந்தது. சுதாரித்தாள்.

இப்போது மறுபடி அதை எழச் சொல்லி வனத்துள் போகச் சொல்லி சைகை காட்டினாள். அதற்குள் புகுந்து மேலும் அதே திசையில் சென்றால் சியாம் தேச எல்லை வந்து விடும். அதுவும் பெருங்காடுதான். அந்த வனமும் கடந்து வெளியேறினால் ஏதாவது சிறிய ஊர் வரும். அங்கிருந்து ரத்த நந்தகா இணையோடு போய் இணைந்து கொள்ள வேண்டும். சியாம் நாட்டு மக்களாவது யானைக்கும் ஒரு வாழ்க்கை உண்டு என்பதை நம்புபவர்கள் என்றால் அங்கே யாராவது உதவுவார்கள். அது தன் குடும்பத்தைக் கண்டடைய முடியும்.

ஆனால் ரத்த நந்தகா அவளை விடுத்துச் செல்ல மறுத்து முரண்டு பிடித்தது. வெய்யில் தாழத் தொடங்கியிருந்தது. தம்மாவுக்குப் பதற்றம் ஆனது. அவள் சைகையால் அதற்குப் புரிய வைக்க முனைந்தாள். தான் திரும்பிப் போவேன், தன்னோடு வரக்கூடாது எனக் கண்டிப்பாகச் சொன்னாள். வந்த வழியே திரும்பி நடந்தாள். யானையைத் திரும்பிப் பார்த்துக் கொண்டே போனாள். அது அவள் விட்டுச் சென்ற இடத்திலேயே அசையாமல் நின்று அவளைப் பார்த்துக் கொண்டே இருந்தது. அவளுக்குக் கவலையாக இருந்தது.

சரியாகப் போய்ச் சேருமா? அல்லது வேறு புதிய ஆபத்துகளில் மாட்டிக் கொள்ளுமா?

இறுதியாக இருவரும் பரஸ்பரம் பார்வையில் இருந்து மறைந்து விடுவர் என்றான போது ரத்த நந்தகா அந்தக் காட்டுக்குள் நுழைந்தது. தம்மா இங்கிருந்தே கையை அசைத்தாள். அவளது கண்கள் நீரால் நிரம்பின. இனி அவனைப் பார்க்க முடியாது. வெள்ளை யானை என்பது ஒரு கனவாக மட்டுமே எஞ்சும். முகாம் இருந்த திசை நோக்கி வேகமாக நடக்க ஆரம்பித்தாள். வழியெங்கும் அவளது கண்கள் உப்பு நீரைச் சுரந்து கொண்டே வந்தன.

முகாமில் தம்மா அருகில் இல்லாத தனிமையில் முதன் முறையாகப் பகலில் ஒரு நீண்ட நெடிய சம்போகத்தை நிகழ்த்தினார்கள் மின்சாவும் சந்தாவும். பின் நல்ல ஆட்டுக்குட்டி ஒன்றை அடித்துக் குழம்பு வைத்து இருவரும் உண்டார்கள். சந்தா நரதுவுக்கு உணவூட்டி விட்டு வந்து ஏப்பம் விட்டபடி மறுபடி இன்னொரு சுற்று கலவி. அது வரையில் தம்மாவும் ரத்த நந்தகாவும் திரும்பவில்லை. அதைக் கவனித்து ஏதோ சிக்கல் என்று உறைக்கவே அந்தி ஆகி விட்டது. பதற்றத்துடன் இருவரும் ஆளுக்கு ஒரு திசையில் தேட இறங்கினர்.

இரவு கவிய ஆரம்பித்த போது தம்மா மட்டும் தனியே முகாம் வந்து சேர்ந்தாள். மின்சா அவளைப் பிடித்துக் கோபத்துடன் ஏன் இத்தனை தாமதம், ரத்த நந்தகா எங்கே என்று விசாரித்தான். அவள் வழக்கம் போல அவனுக்குப் பதில் சொல்லாமல் விலகி நடந்தாள்.

மின்சா சினம் தலைக்கேற அவளைக் கன்னத்தில் அறைந்து தள்ளினான். அவள் புற்கள் நிறைந்த அந்த நிலத்தில் விழுந்து அவனைத் திரும்பிப் பார்த்துச் சிரிக்க ஆரம்பித்தாள்.

சந்தா தூரத்திலிருந்து அவர்களை நோக்கி நடந்து வந்தாள். அவளுக்குப் புரிந்து விட்டது.

மின்சாவும் சந்தாவும் மூன்று முழு நாள் தேடினார்கள். வெளியே வாய் திறக்கக்கூடாது என்று சத்தியம் வாங்கிக் கொண்டு ரகசியமாகச் சில உறவினர்களையும் தேடுவதற்கு உதவியாக இணைத்துக் கொண்டார்கள். எவ்வளவு அடித்துக் கேட்டும்

தம்மா வாயைத் திறக்கவே இல்லை. ஒரு கட்டத்தில் அவளை அடிக்கக்கூடாது எனச் சந்தா அதட்டினாள்.

மின்சா அமைதியானான். எத்திசையில் தேடுவது என்று தெரியாமல் எப்படித் தேடுவது?

யாரும் பார்தார்களா என வெளிப்படையாகவும் விசாரிக்க முடியாது. ஆனால் யாருமே கவனிக்காத அளவு, அலட்சியப்படுத்திக் கடக்குமளவு வெள்ளை ஆனை அப்படி ஒன்றும் தினம் கண்களில் படும் விஷயமும் கிடையாது. மின்சாவுக்கு ஒன்றுமே புரியவில்லை.

முகாமை விட்டு வெளியேறியதும் வேண்டுமென்றே முதலில் தவறான திசை நோக்கிக் கொஞ்சம் போய் விட்டுத்தான் சியாம் எல்லைப் புறத் திசைக்கு மாறி இருந்தாள் தம்மா. எனவே முகாமுக்கு வெளியே கடைசியாக அவளை யானையுடன் பார்த்தோர் சொன்ன தகவலை வைத்துக் கொண்டு தேடியோர் தவறான திசையில் தேடத்தான் போனார்கள்.

இன்னொன்றும் செய்திருந்தாள் தம்மா. ஓரிடத்தில் நிறுத்தி கையோடு எடுத்து வந்த அடுப்புக் கரிச் சேகரிப்பை முடிந்த அளவு ரத்த நந்தகாவின் உடலெங்கும் பூசினாள். இப்போது வெள்ளை யானை அடையாளம் இழந்து வழமையான யானைகளின் அடர் சாம்பல் நிறத்தை எட்டியது. இனி பர்மாவிலோ சியாமிலோ பார்ப்போர் கண்களை அது உறுத்தாது. வெண்களிறுகளுக்கு நேரும் தொந்தரவுகள் சாம்பல் யானைகட்கு இல்லை!

ஒரு கட்டத்தில் மறைப்பது குற்றமாகிடும் என்பதால் அரசுக்கு அறிவித்தான் மின்சா.

★

யாழ தேவி கொதிப்பு உயர்ந்து நின்றாள். அதை மன்னித்துக் கடக்க விரும்பவில்லை. வென்று வந்த வெள்ளை யானையைக் கோட்டை விடுவது போரில் தோற்றதற்குச் சமம் என்றே எண்ணினாள். அரசன் பயின்னவுங்கை அமைதிப்படுத்தி விட்டு தான் மட்டும் ஐம்பது படை வீரர்களுடன் கிளம்பி ரத்த நந்தகாவின் சிறப்பு முகாமுக்கு வந்திருந்தாள்.

ஆரம்ப விசாரணையில் எதுவுமே தெரியாது என எல்லோரும் சாதிக்க, சற்று அழுத்தி விசாரித்த போது மின்சாவும் சந்தாவும்

நிஜம் ஒப்புக் கொண்டு தம்மாவைக் காட்டிக் கொடுத்தனர். அவளே அதை விடுவித்து எங்கோ அனுப்பி விட்டாள் என்று சொன்னான் மின்சா. அவள் உடலில் சாத்தானின் ஆவி புகுந்து கொண்டது என்று சொல்லி அழுதாள் சந்தா. தம்மா ஏதும் பேசாமல் நின்றாள். அவளது அந்த மௌனம் குற்றத்தை ஒப்புக் கொண்டதாகக் கருதப்பட்டது. யாழ தேவி அவளுக்கு மரண தண்டனை விதித்தாள்.

அலட்சியமாக இருந்து யானையைத் தப்பிக்க விட்டுக் கடமை தவறிய குற்றத்துக்காக மின்சாவுக்கும் அதற்கு உடந்தையாக இருந்த குற்றத்துக்காக சந்தாவுக்கும் கண்களைப் பிடுங்க உத்தரவிட்டாள் யாழ தேவி. பரிவாரங்களுடன் அங்கு வந்திருந்த வைத்தியரைக் கொண்டு எல்லோருக்கும் உடற்சோதனை நடத்தப்பட்டது. எவரும் எதிர்பாரா வண்ணம் சந்தா கர்ப்பம் எனக் கண்டறிந்தார்கள். ஒரு கணம் கூட யோசிக்காமல் தம்மா ஓடிப் போய் அவளைக் கட்டிக் கொண்டு கன்னத்தில் முத்தமிட்டாள். இருவரும் அழுதனர்.

அப்போதும் மிகக் கவனமாக ஒரு வார்த்தை கூட தம்மா சந்தாவிடம் பேசவில்லை.

கர்ப்பவதிக்கு கடும் தண்டனை தருவது பர்மிய மரபல்ல. எனவே யாழ தேவி அவளது தண்டனையைச் சில்லாண்டு சிறை தண்டனை ஆக்கினாள். காவலர்கள் அவளைச் சிறைக்கு அழைத்துப் போனார்கள். மின்சாவுக்கு மட்டும் கண்கள் பிடுங்கப்பட்டன.

கண்கள் இரண்டும் பிடுங்கப்படும் முன் கடைசியாகத் தம்மாவைத்தான் பார்த்தான். அவன் கண்ட சந்தாவின் நிர்வாணத்தைக் காட்டிலும் மேலான பரிசுத்தமான தம்மா!

மின்சாவின் அலறலும் சந்தாவின் அழுகையும் குடில் வரை கேட்டது. நரது சிரித்தபடியே நகர முயற்சி செய்தான். வலது காலின் சுண்டு விரலில் மெல்லிய அசைவு தெரிந்தது.

தம்மா குளித்துத் தயாராகி நல்ல ஆடை அணிந்து வந்து நின்றாள். பின்னால் கை கட்டப் பட, மண்டியிட்டுச் சிரஞ்சீவி எந்திரத்தில் தலையை வைத்தாள். ரத்த நந்தகா சியாமில் இணையுடன் சேர்ந்தது என்ற தகவல் வந்து சேர்ந்திருந்தால் நிம்மதியாக இருந்திருக்கும் என்று தோன்றியது அவளுக்கு. அது மட்டுமே அக்கணம் அவளுக்குக் கவலையளித்தது.

அன்று ரத்த நந்தகா எல்லைப்புறக் காட்டுக்குள் நுழைய மறுத்து நின்ற காட்சி அப்போது அவளுக்கு நினைவு வந்தது. ஏன் அப்படி நின்றது? அதற்குத் தன் மீது இனம் புரியாத ஒரு பிரியம் உண்டு. தன் மகளான குட்டி யானையை நினைவூட்டுவதாகக் கூடத் தன்னைக் கண்டிருக்கலாம். எனில் அந்தத் தருணம் எதை நினைவூட்டி இருக்கும் அதற்கு? முன்பு சியாமில் அதன் குடும்பம், குட்டியிடமிருந்து பிரித்து பர்மா அழைத்து வந்த போது உற்ற அதே துயரை மறுபடி அடைந்திருக்கும் அல்லவா! அதையா அதற்கு நான் கொடுத்தேன்!

எந்திரத்தை முடுக்கினார்கள். அது கச்சிதமாக ஒரே கணத்தில் தம்மாவின் தலையைத் துண்டாக்கியது. வலியே இல்லாத மரணம். அதாவது வலி பற்றிய தகவல் மனதை எட்டும் முன்பே சம்பவித்த சாவு. அல்லது அதிகபட்சம் ஒற்றைக் கண உச்ச வலியாக இருக்கும்.

யாழ தேவி திருப்தியாக அங்கிருந்து கிளம்ப ஆயத்தமானாள். அப்போது யானையின் பிளிறல் தொலைவில் கேட்டது. யாழ தேவியும் வீரர்களும் திடுக்கிட்டுப் பார்த்தார்கள்.

ரத்த நந்தகா வேகமாக முகாமுள் நுழைந்து அவர்களை நோக்கி வந்து கொண்டிருந்தது.

அங்கே வந்து ரத்தம் பீறிடத் துவண்டு கிடக்கும் தம்மாவின் உடலையும் நிலைகுத்திய விழிகளோடு உறைந்து விட்ட தலையையும் கண்டது. ஆவேசமாக ஓடி வந்து உடலுக்கும் தலைக்கும் இடையே மாறி மாறி நடந்தது. அந்த மரணம் உண்டாக்கிய இடைவெளியை அளக்க முனைந்தது போல் தோன்றியது. யாழ தேவி அதை வினோதமாகப் பார்த்தாள்.

ரத்த நந்தகா சுற்றிப் பார்த்தது. ஒரு சூழலில் யார் அதிகாரம் மிக்கவர்கள் என அவர்கள் அறிவித்துக் கொண்டிருக்க வேண்டிய அவசியமே இருப்பதில்லை. அவர்களின் உடல் மொழியும் மற்றவர்களின் உடல் மொழியும் அதை அப்பட்டமாகக் காட்டிக் கொடுத்து விடுகிறது. ரத்த நந்தகா அதற்கு மேல் யோசிக்கவில்லை. யாரும் எதிர்பாரா வண்ணம் யாழ தேவி இருந்த திசையில் வேகமாக நடக்க ஆரம்பிக்க, நடுவே நின்றிருந்த வீரர்கள் அதன் ஆகிருதியில் அஞ்சிச் சிதறினார்கள். என்ன செய்வது என்ற குழப்பம் நிலவியது.

அங்கிருந்த நூறு கண்களும் இமைக்கும் நேரத்தில் ரத்த நந்தகா என்ற வெண் வராகம் யாழ தேவியைத் தன் தும்பிக்கையால் சுற்றித் தூக்கித் தரையில் அறைந்தது. நிலத்தில் மோதித் தலை சிதறி குருதி தெறித்தது. அதுவும் தம்மாவுடையதைப் போலவே கண நேர ரணமாகவே இருந்திருக்க வேண்டும். உயிர் துறந்த யாழ தேவியின் உடல் துவண்டது. ரௌத்ரம் அடங்காமல் மரித்த உடலைக் கால்களால் பல முறை மிதித்துச் சிதைத்தது.

சூழ்ந்திருந்த வீரர்கள் அனைவரும் உறைந்து நின்றனர். தேசத்தின் மஹாராணியை வெள்ளை யானை கொன்று விட்டது. இப்போது அவர்களுக்குள் சுதாரித்துக் கொண்டு குரல்கள் மூலம் ஒன்றிணைத்து நாற்புறமும் கயிறு வீசி யானையைப் பிடித்தார்கள்.

அடுத்து என்ன செய்ய வேண்டும் என்கிற தெளிவு அவர்களிடம் இல்லை. மூத்த வீரன் ஒருவன் புரவியேறி மன்னனிடம் செய்தி சொல்ல ஓடினான். பயின்னவுங்கிடம் தயங்கித் தலை குனிந்து செய்தி சொன்னார்கள். அவன் உன்னிப்பாகக் கேட்டான். ஆரம்பித்ததும் யாழ தேவி இறந்த செய்தி கேட்ட போது துடித்த அவன் உதடுகள், மற்ற விவகாரங்கள் கேட்ட பிறகு அமைதி அடைந்தது. தீவிரமாக யோசித்தான். நிதானமாகச் சொன்னான் -

“யாழ தேவியை அந்த யானை முகாமிலேயே புதைத்து விடச் சொல்லுங்கள். சமாதி ஏதும் எழுப்ப வேண்டியதில்லை. அந்த முகாமை மூடி விடுங்கள். அங்கே இனி யாரும் செல்ல வேண்டியது இல்லை. அவளை பர்மாவின் சரித்திரம் மறந்து விடட்டும். தம்மா என்ற அந்தப் பெண்ணின் உடலை இங்கே தலைநகருக்கு எடுத்து வரச் சொல்லுங்கள். அரசு மரியாதையுடன் அவள் உடல் அடக்கம் செய்யப்பட வேண்டும். வெண்களிறால் ஆசீர்வதிக்கப்பட்டவள் அவள். இந்தத் தேசத்தின் சொத்து. நமது குலசாமி. அவளுக்கு உரிய மரியாதை அளிக்கப்பட வேண்டும். அவளைக் கொன்றது தவறான தீர்ப்பு. என் நாடு நீதி வழுவி விட்டது. அதற்குரிய சிறிய பரிகாரமாவது செய்ய வேண்டும். அவளது நினைவகம் எழுப்பப்படட்டும். நான் தினம் அங்கு போய் அவளிடம் மன்னிப்பு கேட்பேன். என் ஆயுள் தீரும் வரை. இதுவே தவுங்கூ ராஜ்யப் பேரரசன் பயின்னவுங்கின் ஆணை.”

மூத்த வீரன் அதிர்ந்து நின்றான். அதை கிரகித்துக் கொண்டு மேற்கொண்டு பேசினான்.

“அந்த வெண் யானை இந்நாட்டின் அரசியைக் கொலை செய்திருக்கிறது. அது தேசத் துரோகம். எனவே அதனைக் கைது செய்து கட்டி வைத்திருக்கிறோம். ஆனால் அதன் ஆக்ரோஷம் அடங்கவில்லை. வெண்களிறு மீது வன்முறை பிரயோகிப்பது பர்மிய நிலத்தின் அறம் அல்ல. எனவே அஹிம்சை முறையில் அதைக் கையாளக் கூடுதல் காவல் தேவை. எனவே மேலும் ஐம்பது வீரர்களையேனும் அனுப்பக் கோருகிறேன்.”

“அவசியமில்லை. அதை விடுவித்து விடு. அது எங்கே விரும்புகிறதோ செல்லட்டும்.”

“...”

“யாழ தேவி தன் வினைக்கான எதிர்வினையைத்தான் பெற்றாள். கர்மபலன். நாட்டின் பிரஜைகளைத் துன்புறுத்தி ஆட்சி நடத்தக்கூடாது என்ற தெய்வ நினைவூட்டலாகவே இதைப் பார்க்கிறேன். ரத்த நந்தகா என்ற பெருங்களிறு அந்த வகையில் இறை தூதன். அதை அடைத்து வைப்பது மரபல்ல. கணமும் தாமதிக்காமல் அதை விடுவியுங்கள்.”

அந்த வீரன் கிளம்பியதும் முகாம் இருந்த திசை நோக்கி பயின்னவுங் மண்டியிட்டான். அவனது உதடுகள் முணுமுணுத்தன: “புத்தம் சரணம் கச்சாமி, தம்மம் சரணம் கச்சாமி.”

★

முகாமுக்குச் செய்தி வந்த போது வீரர்கள் அதைப் புரிந்து கொள்ளச் சமயமெடுத்தது. இரண்டு முறை செய்தி கொண்டு வந்தவனைக் கேட்டு உறுதி செய்து கொண்டார்கள்.

முதலில் ரத்த நந்தகாவை விடுவித்தார்கள். அது தம்மாவின் உடலருகே போய் அமர்ந்து கொண்டது. தன் தும்பிக்கையால் தம்மாவின் துண்டான தலையைத் தொட்டது. அதன் இரு கண்களிலும் நீர் வழிந்தது. வீரர்கள் ஓர் அதிசயம் போல் வேடிக்கை பார்த்தார்கள்.

காத்திருந்து பார்த்து விட்டு சில வீரர்கள் தைரியம் பெற்று தம்மாவின் உடலருகே வந்து யானைத் தந்தத்தால் செய்த பேழையில் பட்டாடை விரிப்பைப் போட்டு அதில் அவளது தலையையும் உடலையும் வைத்து மூடினார்கள். அதைச் சுமந்தெடுத்துச் சென்றார்கள்.

சுமந்த வீரர்களில் ஒருவன் கேட்டான் - “அந்த யானை துக்கத்தில் அழுகிறதா? குற்ற உணர்விலா?”. இன்னொருவன் துடுக்காகச் சொன்னான் - “எனக்கு யானை பாஷை தெரியாது, இல்லையென்றால் அதனிடமே கேட்டிருப்பேன்.”. சிலர் சிரித்தனர். பிறகு அதன் அசந்தர்ப்பம் புரிந்து எல்லோரும் சட்டென மௌனமாகினர். திடீரென ஒருவன் சொன்னான் - “இதற்கான பதில் அந்தப் பெண் தம்மாவுக்கு மட்டுமே தெரிந்திருக்கும்.”

ஏழெட்டு வீரர்கள் சேர்ந்து அவசரமாக யாழ தேவியின் சிதிலமுற்ற உடலைச் சேகரித்து அங்கேயே புதைத்தார்கள். மின்சாவையும் நரதுவையும் குடிலைக் காலி செய்து கிளம்ப உத்தரவு கொடுத்தார்கள். மின்சா நரதுவைச் சுமந்து கொண்டு தடவித் தடவி நடந்தான். மூலிகை வைத்துத் துணியால் கட்டப்பட்ட அவன் கண்களில் கண்ணீர் வழிந்து எரிந்தது.

வீரர்களும் கிளம்பினர். இப்போது மொத்த முகாமிலும் யானை மட்டுமே மீதமிருந்தது.

சற்று நேரம் அங்கேயே அமர்ந்திருந்த ரத்த நந்தகா மெல்ல எழுந்தது. சுற்றிப் பார்த்தது. எல்லாத் திசைகளிலும் அதற்குத் தம்மா தெரிந்தாள். ஒரு முறை பலவீனமான குரலில் பிளிறியது. அது ஆள் அரவமற்ற அந்தப் பிராந்தியத்தின் சகல திசைகளிலும் மோதி எதிரொலித்தது. பின் எல்லோரும் சென்ற திசைக்கு எதிர்திசையில் நகர ஆரம்பித்தது. தம்மா அழைத்துச் சென்ற அதே வழி. நினைவை மீட்டிக் கொண்டே அசைந்து நடந்தது.

ரத்த நந்தகா சருமத்தின் வெண்ணிறம் மெல்ல சாம்பல் நிறத்துக்கு மாற ஆரம்பித்தது.

★★★

(டிசம்பர் 3, 2023ல் வெளியானது)

சி. சரவணகார்த்திகேயன்

பிறப்பு ஆகஸ்ட் 13, 1984. கோவை சிங்காநல்லூரில் பிறந்த இவர், ஈரோட்டில் பள்ளிப் படிப்பை முடித்தார். சென்னை கிண்டி பொறியியல் கல்லூரியில் கணிப்பொறியியல் பயின்ற இவர், தற்போது பெங்களூரில் மென்பொருள் துறையில் பணியாற்றுகிறார்.

புனைவு, அபுனைவு, கட்டுரை, கவிதை, பத்தி ஆகிய வெளிகளில் 15 ஆண்டுகளுக்கும் மேலாக இயங்கி வரும் இவர், இது வரை 30-க்கும் மேற்பட்ட நூல்களை எழுதியுள்ளார்.

2017ல் உயிர்மை வழங்கும் சுஜாதா விருது (இணையம்), 2019ல் திருப்பூர் இலக்கிய விருது (ஆப்பிளுக்கு முன் நாவலுக்காக), 2009ல் தமிழ் வளர்ச்சித் துறையின் சிறந்த நூல் விருது (முதல் நூலான சந்திரயானுக்காக) பெற்றவர். 2016ல் அகம் - பிரதிலிபி நடத்திய 'ஏயம் பட வரை' கட்டுரைப்போட்டியில் முதல் பரிசும், 2018ல் தினமணி- சிவசங்கரி சிறுகதைப் போட்டியில் ஆறுதல் பரிசும் (பெட்டை) பெற்றார். 2007ல் குங்குமம் இதழில் வைரமுத்து இவரது 'ஒருத்தி நினைக்கையிலே...'வை முத்திரைக் கவிதையாகத் தேர்ந்தெடுத்தார்.

குங்குமம் இதழில் ச்சீய் பக்கங்கள் (2012), ஆகாயம் கனவு அப்துல் கலாம் (2015), Notion Press / Bynge செயலியில் ஆதித்த கரிகாலன் கொலை வழக்கு (2021) ஆகிய தொடர்கள் எழுதினார். உயிர்மை, தீராநதி, விகடன் தடம், அம்ருதா, அகநாழிகை, ஆனந்த விகடன், குமுதம், தினமணி கதிர், காமதேனு, ஆழம் அச்சிதழ்களிலும், உயிர்மை, தமிழினி, அரூ, விகடன், தமிழ் பேப்பர், மெட்ராஸ் பேப்பர் மின்னிதழ்களிலும் இவர் எழுதியிருக்கிறார்.

'தமிழ்' என்ற மின்னிதழ் நடத்தி அதில் ஜெயமோகன், யுவன் சந்திரசேகர், பெருமாள் முருகனை நீள்நேர்காணல் செய்துள்ளார். இவரது 'மதுமிதா - சில குறிப்புகள்' கதை குறும்படமானது. திரைப்படங்கள், வலைத்தொடர்களிலும் பணியாற்றி இருக்கிறார்.

வலைதளங்கள்

http://www.writercsk.com
https://www.facebook.com/saravanakarthikeyanc
https://twitter.com/writercsk
https://www.instagram.com/writercsk

மின்னஞ்சல்: c.saravanakarthikeyan@gmail.com

புத்தகங்கள்

புனைவு

- பெருங்களிறு - 2023 [கதை]
- ஆதித்த கரிகாலன் கொலை வழக்கு - 2022 [நாவல்]
- கறுப்பு சிவப்பு வெளுப்பு - 2021 [குறுநாவல்] - கிண்டில் மின்னூல்
- 69 - 2021 [நுண்கதை]
- கிருமி - 2021 [சிறுகதை]
- கன்னித்தீவு - 2019 [நாவல்]
- மியாவ் - 2018 [சிறுகதை]
- ஆப்பிளுக்கு முன் - 2017 [நாவல்]
- இறுதி இரவு - 2016 [சிறுகதை]

அபுனைவு

- மும்மூர்த்திகள் - 2019 [நேர்காணல்]
- 96: தனிப்பெருங்காதல் - 2018 [திரைப்படம்]
- ஃபீனிக்ஸ் கனவுகள் [ஆகாயம் கனவு அப்துல் கலாம்] - 2016 [அறிவியல்]
- ச்சீய்... பக்கங்கள் [வெட்கம் விட்டுப் பேசலாம்] - 2014 [வரலாறு]
- குஜராத் 2002 கலவரம் - 2014 [வரலாறு]
- சந்திரயான் - 2009 [அறிவியல்]

கட்டுரை

- மீயழகி - 2021 [பெண்கள்]
- ஜோல்னா பை - 2021 [இலக்கியம்]
- மக்களின் அபின் - 2021 [அரசியல்]
- கற்பதுவே கேட்பதுவே கருதுவதே - 2021 [ரசனை]
- அம்பேத்கர் பெரியார் அயோத்திதாசர் - 2021 [அரசியல்]
- ஒரு கோப்பை பிரபஞ்சம் - 2019 [ரசனை]
- அநீதிக் கதைகள் - 2019 [சமூகம்]
- இந்தி தேசிய மொழியா? - 2019 [அரசியல்]
- ஐ லவ் யூ மிஷ்கின் - 2019 [திரைப்படம்]
- பெண் + கள் + ஊர் - 2019 [அனுபவம்] - கிண்டில் மின்னூல்
- சேர நன்னாட்டிளம் பெண்கள் - 2018 [ரசனை] - கிண்டில் மின்னூல்
- கிட்டதட்ட கடவுள் - 2013 [அறிவியல்]

கவிதை

- ரதி ரகசியம் - 2019 [உரை]
- தேவதை புராணம் - 2012 [காதல்]
- பரத்தை கூற்று - 2010 [சமூகம்]

கட்டுரை - ஆங்கிலம்

- Girls, Goddesses & Gentlewomen - 2020 [Experience] - Kindle E-Book

www.ingramcontent.com/pod-product-compliance
Lightning Source LLC
LaVergne TN
LVHW090350051026
849518LV00006B/2092